પુષ્ટિ – માર્ગનું – હાર્ટ
'દીનતા'

: સંકલન :

નયના એન. પટેલ

Published in 2024

Becomeshakespeare.com

One Point Six Technologies Private Limited,

Unit No. 26, Ground Floor,

A1, Shram Safalya, Wadala Truck Terminal Road,

Near Post Office, Antop Hill,

Mumbai - 400037

ISBN – 978-93-5883-181-8

નયના નવિનચંદ્ર પટેલ

નયના એન. પટેલ
૨૦૨ શીતલ ફ્લેટ,
આવીચલ બાગની સામે,
દિવાળીપુરા, વડોદરા–૩૯૦૦૦૭.
ગુજરાત, ભારત
📞 : ૯૪૦ ૯૬૪ ૧૪૫૦

વ્હાલા વૈષ્ણવો,

જય શ્રીકૃષ્ણ, હું નયના એન. પટેલ, વડોદરા આ વિષય માટે સાવ અજાણ, અબુધ હતી. પણ શ્રીઠાકોરજી અને શ્રીવલ્લભ શ્રીગુંસાઈજી તથા શ્રીયમુનાજીની કૃપાથી આ માર્ગમાં આગળ વધી, પછી થોડો ઘણો પ્રયત્ન શ્રીવલ્લભકુળની આજ્ઞાથી પુસ્તક રૂપે રચવા કર્યો હતો. આમાં થોડા પુસ્તકો એવા છે કે નાના બાળકો તેમજ નવા વૈષ્ણવો કે જેમણે શરૂઆતમાં એ બી સી ડી શીખવાની હોય તેઓને એકદમ સરળ ભાષામાં અને ટૂંકમાં કંઈક સમજણ પડે એ હેતુથી પુસ્તક લખવાની શરૂઆત કરી હતી. મોટા પુસ્તકોમાં પહેલું પુસ્તક "પુષ્ટિ રથ" તે પુષ્ટિ માર્ગનું સંકલન સ્વરૂપે છે, તેમાં આપણા બધા નિધિ સ્વરૂપોના ચિત્રજી તેમજ કોના માથે બિરાજે છે, ક્યાં બિરાજે છે, ક્યારે પાટોત્સવ થયેલો વગેરે પુરી માહિતી તેમજ બેઠકજીના સરનામું વગેરે આપેલ છે, શ્રીયમુનાજીના સ્મરણ ચિંતન માટે પણ ઘણાખરા વિષય શ્રીયમુનાજીની પુસ્તક "નિધિ દેનહારી શ્રીયમુને" માં છે. તેમજ "અમરવાણી" માં સૂરદાસજી, શ્રીગુંસાઈજી અને શ્રીગોકુલનાથજીની વાણી છે. પુષ્ટિ માર્ગનું હાર્દ "દિનતા" માં શ્રીહરિરાય મહાપ્રભુજીના તેર ગ્રંથો ભાવાર્થ સાથે તેમજ દિનતા માટે પુરી માહિતી છે. પુસ્તકોના પૈસા હું આપણા માર્ગની સેવા માટે જેમકે ગાયની સેવા (ગૌશાળા), બેઠકજી, વ્રજ ની બેઠક, હવેલી ના નિર્માણ– નવનિર્માણ તથા પુષ્ટિમાર્ગી ઉત્સવો અને બાળકોને ભણાવા ચોપડા લાવી આપવા વગેરેમાં વાપરૂ છું. બસ એજ, આપ સર્વે વૈષ્ણવોને મારા ખૂબ ખૂબ "જયશ્રી કૃષ્ણ".

૧) પુષ્ટિરથ :

માનવ જીવનમાં સત્સંગ નો મહિમા અપરંપાર છે. સત્સંગ માટે ચિત્તશુધ્ધિ અવશ્યક છે. ચિત્તશુધ્ધિ માટે ભક્તિરૂપી જળનું નિત્યસિંચન થતું રહે

એ જરૂરી છે. જ્યારે જ્યારે અમો સત્સંગ માટે ભેગાં મળતાં ત્યારે આવા કોઈ પુસ્તકના અભાવે પડતી મુશ્કેલી સમજાતી માટે સંકલન કરવાની પ્રેરણા થઈ. તેમજ ઘણા વૈષ્ણવો ઈચ્છા હોવા છતાં અનુકુળતાના અભાવે સત્સંગમાં આવી શકતા નહીં, તો તેઓ પણ પોતાના યથાયોગ્ય સમયે પ્રભુ સ્મરણ કરી શકે માટે સંકલન કરવાનું ઉચિત બન્યું. આ પુસ્તકમાં પુષ્ટિમાર્ગીય લગભગ બધા સ્તોત્ર તેમજ શ્રીમહાપ્રભુજી, શ્રીયમુનાજી તથા શ્રીજીબાવાના સ્મરણ માટે જરૂરી લગભગ ઘણા ખરા ટોપીક લેવા પ્રયાસ કર્યો છે. તેમજ શ્રી વલ્લભપ્રેમી વૈષ્ણવો જે સેવાકાર્યમાં જોડ્યા છે. તેમના માટે સેવાક્રમ પણ આપ્યો છે.

૨) અમરવાણી :

આ પુસ્તિકામાં અષ્ટછાપ–શિરોમણી મહાકવિ સૂરદાસજીની વાણી,

અનહદ કૃપા કરી તેને સૂર, હરિરસ સ્વાદ ચખાવન में
દાસભાવસોં અર્પન હૈ ચા, ગ્રંથ તિહારે ચરનન में

પરમદયાળ પ્રભુચરણ શ્રીગુંસાઈજીની વાણી,

દ્વાદશનિકુંજવાર્તા ચા ચૈઃ સંપાદિતાદ્ભૂતા,
વંન્દે તં વૈષ્ણવાધીશ ગોસ્વામી શ્રીવિઠ્ઠલેશ્વરમ્

તેમજ માલા તિલક રક્ષક શ્રીગોકુલનાથજીની વાણી

પ્રણિતા ખટ્‌ઋત્વનુવાર્તા દિવ્યાનુભવ દાચિકા ગોકુલેશ નમામિ તં
માલાતિલકમ્ રક્ષકમ્ આપવામાં આવી છે.

"હરિરસ તબહી તો જાય પૈયે"–(સૂરદાસજીની વાણી) સૂરદાસજીના પદનું ખૂબ સુંદરતાથી અદ્ભૂત વિવરણ શ્રીવલ્લભપાદપદ્મમિલિનજીએ તેમના વિવેચનમાં કર્યું છે. સાથે સર્વોત્તમજીના અચિંત્ય મહિમાનો સુંદર ફોડ પાડ્યો છે.

૩) નિધિ દેનહારી શ્રીયમુને :

જીવ શ્રીયમુનાજીના જેટલા પ્રમાણમાં ગુણગાન કરે તેટલાં શ્રીયમુનાજી તે જીવ ઉપર પ્રસન્ન થાય છે. તેમજ કૃપા કરી આપણા દોષોને દૂર કરે છે અને શ્રીઠાકોરજીને પધારવાનું મન થાય એવું આપણું હૃદય એક બગીચા સમાન બનાવે છે. આમ જ્યાં જ્યાં શ્રીયમુનાજીના ગુણગાન થાય છે, ત્યાં ત્યાં શ્રીઠાકોરજી અવશ્ય પધારે છ, અને ઘણી કૃપા કરે છે.

જે કૃપા કરે છે એજ ભક્તિનું દાન કરી શકે છે. આ પુસ્તકમાં શ્રીયમુનાજીના ગુણગાન, તેમજ સ્તુતિ, સ્મરણ માટે શકય તેટલાં ટોપીક સમાવવાનો અને વર્ણન કરવાનો પ્રયત્ન કરેલ છે. શ્રીયમુનાજીની કૃપાથી વૈષ્ણવોને ભક્તિનું દાન થાય એજ પ્રાર્થના.

૪) ષોડશગ્રંથ સાર :

આ પુસ્તિકાં નિત્ય નિયમના પાઠનું સરળ ગુજરાતીમાં સમજ આપી છે. તેમાં સોળે સોળે ગ્રંથ ઉપરાંત ''જનમવૈફલ્ય નિરૂપણાષ્ટકમ'' ''પંચશ્લોકી'' અને ''શીક્ષાશ્લોકા'' ગુજરાતી સાર રૂપે છે.

પ) રહસ્ય ભાવના :

આમાં મંદિરની ભાવનાથી માંડી સેવામાં વપરાતી બધી જ વસ્તુઓની ભાવના રાજભોગની સેવા સુધીની આપી છે. કારણ કે વૈષ્ણવોને ત્યાં ઘણું ખરૂં રાજભોગ સુધી સેવા બિરાજે છે. પૂ. બાવાશ્રીની આજ્ઞાથી આખા દિવસની રહસ્ય ભાવના લખીને તે આપને પધરાવી દીધી હતી. પ્રિન્ટ કરાવી ન હતી.

૬) પુષ્ટિમાર્ગનું હાર્દ દિનતા :

દિનતા પુષ્ટિમાર્ગનું હાર્દ છે. તે માટે આપણે પ્રયત્ન ન કરીએ તો કેમ ચાલે ? કરવોજ જોઇએ. આ કળિયુગમાં લોકોને અહં એટલી બધી જાતના હોય છે કે જે ના છૂટે તો જીવ ગર્તામાં જઈને પડે છે. અને ધર્મ–ભક્તિ માટે એની કાંઈ જ પ્રગતિ થઈ શકતી નથી. એ માટે આપણે પ્રભુનું અને ગુરૂનું અનન્ય શરણ સ્વીકારી દાસત્વ મેળવવું જોઇએ. ''શ્રી હરિરાય મહાપ્રભુ'' એ

શરણ અને દાસભાવ માટે ઘણા બધા ગ્રંથો લખ્યા છે. જેનું સ્મરણ ચિંતન અને મનન સમજપૂર્વક આર્ત હદયથી કરીએ તો જીવ જરૂર શરણ સ્વિકારી દાસત્વ મેળવી ''દિનતા'' પ્રાપ્ત કરી શકે છે. એ માટે શું કરવું તે સમજાવવા આ પુસ્તકમાં પ્રયત્ન કર્યો છે. ''દિનતા'' વગર જીવનો ઉધ્ધાર નથી.

૭) ભાવપોષકમ ગ્રંથ :

આ ગ્રંથમાં વૈષ્ણવોનો ભકિતમાં કેવી રીતે વધે તે માટે શ્રીહરિરાયજીએ ૧૫ શ્લોકનો ગ્રંથ લખ્યો છે. તેમાં લગભગ ૪૫ પોઈન્ટ છે. જે ગુજરાતી સરળ ભાષામાં સમજાવ્યા છે.

૮) પુષ્ટિમાર્ગીય તત્વ દર્શન :

આ પુસ્તકમાં ૧૦૪ ટોપીક શોર્ટમાં સમજાવવામાં આવ્યા છે કે પુષ્ટિમાર્ગી ય વૈષ્ણવે કેવી રીતે સમજ પૂર્વક વર્તવું જોઈએ. શું કરવું જોઈએ વગેરે સમજાવ્યું છે.

૯) પુષ્ટિ-સાર તથા શ્રી વલ્લભાખ્યાન સાર :

પુષ્ટિમાર્ગના નિતિ નિયમો, શ્રીવલ્લભકુળના વચનામૃતો તેમજ શ્રીવલ્લભ, શ્રીગુંસાઇ વગેરે ધ્વારા પ્રકટ કરવામાં આવેલા પુસ્તકો તથા ગ્રંથોના નામ પણ આપવામાં આવ્યા છે.

આમાં શ્રીવલ્લભ-શ્રીગુંસાઈજીનું પ્રાગટ્ય, સ્વરૂપ, લીલા વગેરેનું વર્ણન શ્રીગોપાલદાસે કર્યું છે. ગુજરાતી સાર રૂપે છે. શ્રીવલ્લભાખ્યાન નવ છે.

એજ – નયનાના ભગવદ સ્મરણ્

નયના પટેલ અમારા જીવન નો શ્વાસ

ગુજરાતના ભાદરણ ગામમાં જશુબેન મધુભાઈ પટેલને ત્યાં લક્ષ્મી આવી. નામકરણ થયું નયના. નયના મોટી થવા લાગી. નિશાળ માં જવા લાગી સાથે સાથે જીવનમાં સંસ્કાર નું ઘડતર થયું. નીડર, અડીખમ, પરોપક્કરી, દયાળુ સેવાભાવી એટલે નયના.

નયનમાં સ્વપ્ના ભરી આશા ઉમંગ સાથે જીવન માં પા પા પગલી ભરતી આગળ ને આગળ વધવા લાગી નયના. અમદાવાદ ની ફાર્મસી કોલેજ જે એશિયાની બેસ્ટ કોલેજ ક્હેવાય તેમાં ગ્રજ્યુએશન કર્યું પણ ઈતર પ્રવૃતિ રમતગમત, ડાંસિંગ, સિંગિંગ, વાંચન, વક્તૃત્વ સ્પર્ધામાં પણ એટલાજ રસ ખીલવ્યો. પોસ્ટ ગ્રજ્યુએશન કરતા કરતા સહપાઠી નવીનચંદ્ર સાથે આંખ મળતાં લગ્ન ક્ર્યા. આટ્લેથી ના અટ્કતા દૃઢ નિશ્ચયી નયનાએ પતિ સાથે ક્ંધે ક્ંધો મિલાવી નવી દુનિયા માં પદાર્પણ કરતા વડોદરામાં ફાર્મસી ચાલુ ક્રી. આખો દિવસ પ્રવૃતિમય રહેતા રેહતા રાજીવ, સોનલ ના નામે સંસારબાગ માં બે કુસુમ ખીલવ્યા, સંસ્કરનું સિંચન ક્ર્યું. કુટુંબને તો ભુલાયજ કેમ? ફરજ્ને સંપૂર્ણ પ્રધાન્ય આપ્યું. દાદા ગોરધનભાઈ ને દાદી ક્રંતાબેનની ખુબ સેવા ક્રી તેમના આશીર્વાદ પામ્યા.

પરિવર્તન એજજીવન

પરિવર્તન દરેક્ના જીવનમાં આવે. ક્રોસ્મોપોલિટિન વાતાવરણમાં રહ્યા છતાં જીવન માં સદ્ગુણો અપનાવી સતત પ્રવૃતિશીલ નયનાએ એક તબબકે આત્મસંશોધન આદર્યુ. ખુબ ખુબ ધાર્મિક પુસ્તકો નું વાંચન શરૂક્ર્યું. પુષ્ટિ માર્ગ વિષે જાણક્કરી મેળવાનો પ્રયાસ ક્ર્યો. પુષ્ટિ માર્ગ ને પૂરો સમજ્યા, આત્મસાત ક્ર્યો, તેના દરેક નિયમો, ધારાધોરણ અપનાવી જીવનમાં ઉતાર્યા.

પછી વિચાર આવ્યો કે દેરક જણ પુષ્ટિ માર્ગ સમજિ શકે ને અપનાવી શકે તે માટે ક્ંઈક પ્રયત્ન ક્રવો રહ્યો. એટ્લે અપનાવ્યો સંશોધન માર્ગ. જેનો નિચોડ ક્હો કે પરિણામ મળ્યા પુષ્ટિ માર્ગ ના આચર વિચાર નું સરળ નાનું બાળક પણ સમજે તેવું આલેખન એટ્લે વિવધતા સભર પુસ્તકો.

"અંતિમ શ્વાસે પણ અનેક શારીરિક ક્ષ્ટે સહન ક્રી દરેક સાથે ક્ષમાયાચના ક્રી હસતા હસતા પ્રભુમય થઈ મોક્ષ માર્ગે ગમન ક્ર્યું"

રાજીવ પટેલ – સોનલ પટેલ

જય શ્રીકૃષ્ણ

પુષ્ટિ - માર્ગનું - હાર્દ

'દીનતા'

" શ્રીકૃષ્ણાર્પણ મસ્તુ "

પ્રભુનંદકુમારો મે સ્વામિની વૃષભાનુજા ।
કૃતાર્થોહં કૃતાર્થોહં કૃતાર્થોહં ન સંશય ॥

નમામિ શ્રીબાલકૃષ્ણં યશોદોત્સંગ લાલિતમ્ ।
પુતનાસુપયઃ પાન રક્ષિતાશેષબાલકમ્ ॥

॥ શ્રીકૃષ્ણાય નમઃ ॥

વિષય-સૂચિ

પ્રાક કથન

આ પુસ્તક વૈષ્ણવો સમક્ષ પ્રગટ કરતાં અનહદ આનંદની લાગણી અનુભવુ છું. આમ તો આ પુસ્તક ઘણા વખતથી તૈયાર કરવાનું મન હતું પણ ફંડના અભાવે કરી શકતી ન હતી પણ શ્રી ઠાકોરજી, શ્રી ગુરુજી અને શ્રી મહારાણીમાની કૃપાથી કંઈક ગોઠવણી થશે એ શ્રધ્ધાએ તૈયાર કરવાની હિંમત કરી છે.

"**દીનતા**" જે પુષ્ટિમાર્ગનું હાર્દ છે. તે માટે આપણે પ્રયત્ન ન કરીએ તો કેમ ચાલે માટે કરવો જ જોઇએ. આ કળિયુગમાં લોકોને અહં એટલી બધી જાતના હોય છે કે જે ના છૂટે તો જીવ ગર્તામાં જઈને પડે છે, અને ધર્મ - ભક્તિ માટે એની કાંઇજ પ્રગતિ થઈ શકિત નથી. સાથે સાથે આપણે પ્રભુનું અને ગુરનું અનન્ય શરણ સ્વીકારી દાસત્વ મેળવવું જોઇએ. '**શ્રી હરિરાય - મહાપ્રભુજી**' એ શરણ અને દાસભાવ માટે ઘણા બધા ગ્રંથો લખ્યા છે. જેનું સ્મરણ, ચિંતન અને મનન સમજપૂર્વક આર્ત હ્રદયથી કરીએ તો જીવ જરૂર શરણ સ્વીકારી દાસત્વ મેળવી શકે છે. એ માટે શું કરવું તે આ પુસ્તકમાં સમજાવવા પ્રયત્ન કર્યો છે.

"**શ્રી ઠાકોરજી**" ને દીન-હીન જીવો ખૂબ વ્હાલા છે. તેમના માટે તેઓ સામેથી દોડીને આવે છે, તો જીવે દાસભાવ મેળવી દીનતા પ્રાપ્ત કરવા જરૂર પ્રયત્ન કરવો જ જોઈએ. પુષ્ટિભક્તિ માર્ગ ઉષ્ણભાવ સમૃદ્ધ છે. ઉષ્ણભાવથી આપણા સેવ્ય સ્વરૂપનું ચિંતન કરવાથી પણ આપણા ભાવની વૃદ્ધિ થાય છે અને એમ કરતાં કરતાં '**શ્રી ઠાકોરજી**' નું શરણ સ્વીકારતા દાસભાવ સિદ્ધ થાય છે.

"**દીનતા**" વગર જીવનો ઉદ્ધાર નથી. તો એ માટે શ્રી હરિરાયપ્રભુજી એ લખેલ ગ્રંથોનું વારંવાર આર્ત હૃદયથી આવર્તન કરતાં રહેવું જોઈએ. શરણાષ્ટકમ્, પ્રાર્થનાષ્ટકમ્, વિજ્ઞપ્તિ, દૈન્યાષ્ટકમ્ વગેરે ઘણા ગ્રંથો છે જે વૈષ્ણવોના ધ્યાનમાં જ નથી. તો તેઓને સહેલાઈથી આ ગ્રંથો પ્રાપ્ત થાય અને તેનું કીર્તન, સ્મરણ અને ચિંતન કરી શકે તે માટે પ્રગટ કરતાં અનહદ આનંદની લાગણી અનુભવું છું.

આ સાથે વિનંતી, દીનતા અને આશ્રયના પદ આપવાનો પ્રયત્ન કર્યો છે જેથી તેનાકીર્તનથી વૈષ્ણવોનો દાસ ભાવ પોષાય.

મારું આ કાર્ય જરૂર ત્રણેવ નીધિસ્વરૂપોની કૃપાથી પાર પડશે જ એવી શ્રદ્ધા સહ.

નયનાના સર્વેને સદૈવ
"જયશ્રી કૃષ્ણ"

વિવરણ - દીનતા

કરવા પ્રસન્ન ચાહે પ્રભુને તો,
અભિમાન અળગું નાખ્ય ।
દયા કેશવ તણી ઇચ્છે તો,
તું દીનતા રાખ્ય ॥

રાખ્ય દીનતા નિશ્ચય કરીને,
કરવા કૃપા મન થશે હરીને ।
બોહતેર કોટી સાધનોએ સર્યુ ન કામ,
હરિ બંધાય માત્ર દીનતાને દામ ॥ દીનતાને દામ ॥

લીલાઘામથી વિછુરેલા (છૂટા પડેલા) પ્રભુકૃપાપાત્ર જનોને પ્રભુ પ્રાપ્તિ સત્વરે થાય તેવું અનમોલ સાધન, રહસ્યથી ભરેલું 'દૈન્યજા', મહાનુભાવ કરુણાવાન ભગવદીય બતાવી રહ્યા છે. મહાનુભવોમાં પ્રેરક તો વાણીના પતિ જ હોય છે. તેથીજ "શ્રી વલ્લભ શરણ થકી સહુ પડે સહેલું" અને "શ્રી વલ્લભ નખચંદ્ર છટાબિન સબ જુગમેં જુ અંઘેરો" દૈન્યની પ્રાપ્તિમાં અનમોલ

સાધન શ્રી વલ્લભનું મન, વાણી, કાયાથી અનન્ય શરણ-આશ્રય જ બતાવી રહ્યા છે.

"જનમ જનમ કે કોટિક પાતક,
છિનહીમાં જ દહે,જોપે શ્રી વલ્લભ ચરણ ગહે" ॥

જીવ ગમે તેવો હોય કે ગમે તેટલા સાધનો કર્યા હોય કે પછી કોઈપણ સાધન ન કર્યા હોય તો પણ આ જીવો જો હરિ શરણે જાય તો જ ફળ પ્રાપ્ત કરે છે, આ વાત શ્રી ભગવાને સ્વમુખે ગીતાજીમાં કહી છે.

સર્વધર્માન પરિતજ્ય મામેકં શરણં વ્રજ ।
અહં ત્વાં સર્વ પાપેભ્યો મોક્ષયિષ્યામિ મા શુચઃ ॥

ઉચ્ચ યા નીચ ગમે તે યોનિમાં જન્મેલો કોઈપણ જીવ જે શ્રીઠાકોરજીને શરણે જાય છે. તેને નિશ્ચય ફળની પ્રાપ્તિ થાય છે.

પ્રભુ શરણ એ સર્વોપરિ સાધન છે. જે જીવને પ્રભુ શરણ થયું છે તે જીવને કોઈ સાધન કરવાની જરૂર નથી. પણ જે જીવ અનેક સાધન કરવા છતાં પ્રભુશરણ ગયો નથી તેને ફળની પ્રાપ્તિ થતી નથી.

ભક્તિમાર્ગમાં સાધન પણ શ્રીકૃષ્ણ શરણ છે, તેમ ફળપણ શ્રીકૃષ્ણ શરણ જ છે. સાધન અને ફલ ભિન્ન નથી. સાધન પોતે જ ફળરૂપ છે, તેથી શરણ જ મુખ્ય ફલ છે. માટે પ્રભુ શરણથી જ સર્વ ફળ સિદ્ધ થાય છે.

પુષ્ટિમાર્ગિય વૈષ્ણવનું મુખ્ય કર્તવ્ય છે પ્રભુના ચરણારવિંદનો આશ્રય. બ્રહ્મસંબંધ લઈએ ત્યારે પ્રભુના ચરણમાં તુલસી સમર્પિત કરતી વખતે જીવનું સર્વસ્વ સમર્પણ થઈ જાય છે.

તેને લીધે તો પ્રભુના ચરણનો જ આશ્રય વૈષ્ણવ માત્રનું કર્તવ્ય બની રહે છે. વલ્લભાખ્યાનમાં ગોપાલદાસે ગાયું છે કે પ્રભુના ચરણારવિંદ દ્વારા જ ચૌદલોકની કોઈપણ વસ્તુ પ્રાપ્ત થઈ શકે છે. તેનો આશ્રય કરવાથી જીવને સાક્ષાત સ્વરૂપાનંદની પ્રાપ્તિ થાય છે. આ ચરણારવિંદની છત્રછાયામાં કેવું મહાન અલૌકિક સુખ રહેલું છે તેનું વર્ણન શ્રીગુંસાઈજીના સેવક ભકત કવિ શ્રીછીતસ્વામીએ નીચેના પદમાં સુંદર રીતે કર્યું છે.

> "હો ચરણાત પત્રકી છૈયાં,
> કૃપાસિંધુ શ્રી વલ્લભનંદન,
> બહ્યોજાત રાખ્યો ગહી બહીયાં"

આ પદમાં છીતસ્વામી કહે છે કે જ્યારે હું અનેક દુષ્ટોને લીધે સંસાર સાગરમાં ડૂબી રહ્યો હતો ત્યારે કૃપા કરીને મારો હાથ પકડીને મને સંસાર સાગરમાંથી બચાવી લીધો. શ્રી ગુંસાઈજીના ચરણકમળનું સ્મરણ કરવાથી સંસારના અહંતા-મમતા વગેરે તમામ તાપો-દોષો દૂર થાય છે. શ્રી સૂરદાસજીએ પણ અંત સમયે શ્રી મહાપ્રભુજીના ચરણનો આશ્રય જ સાચું શરણ છે એ વર્ણવતાં ગાયું કે "દૃઢ ઈન ચરણન કેરો ભરોસો" આમ શ્રી ઠાકોરજીના, શ્રીવલ્લભના અને શ્રીવિઠ્ઠલના ચરણાવિંદનો દૃઢ આશ્રય દાસ ભાવથી કરવો.

વૈષ્ણવ હંમેશા પુષ્ટિભક્તિના માર્ગે ચાલે છે. ભક્તિનો માર્ગ દીનતાનો, નમ્રતાનો માર્ગ છે. તેને નિઃસાધનતાનો માર્ગ પણ કહે છે. આમ શ્રીઠાકોરજીની સેવા કરવાથી - વૈષ્ણવ બનવાથી દીનતા જરૂર આવશે. વૈષ્ણવ એટલે કે દાસ. તે સ્વામીની આજ્ઞાની રાહ જોતો નથી પણ સ્વામીને સુખ કયા પ્રકારે થાય ? તે

જ વિચારમાં દાસ સદૈવ (હંમેશા) નિમગ્ન રહે છે અને ગુપ્ત પણે પરોક્ષ રૂપે સદૈવ સ્વામીના સુખના કાર્યમાં તત્પર રહે છે. સ્વામીને પોતાના કાર્યની જાણ ન થાય તેની બહુ જ સાવધાની રાખે છે.

દાસધર્મોનું સ્વરૂપ વ્રજભકતોએ (રાસ સમયે), શ્રી આચાર્ય ચરણે (બન્ને ભાગવદ્આજ્ઞા સમયે) અને દામોદરસાદજી તથા પદ્મનાભદાસજી અને બીજા પરમ મહાનુભાવ ભગવદ્દીયોએ કૃતિ દ્વારા જીવોને સમજાવ્યું છે. એ દાસ્યધર્મ (આશ્રય) એજ પુષ્ટિમાર્ગ. આ પુષ્ટિમાર્ગનો સંપ્રદાય **"આશ્રય"** પર જ રચાયેલો છે. **"વિવેક ધૈર્યાશ્રય"** ગ્રંથમાં શ્રી મહાપ્રભુજીએ કહ્યું છે કે **"સર્વસ્વ તસ્ય સર્વ હી સર્વ સામર્થ્યમેવ ચ"** એ મુજબ આ સંસાર શ્રીઠાકોરજીએ રચેલો છે, બધું તેનું જ છે અને તેજ બધાનો કર્તાહર્તા છે. આ જાતની શ્રદ્ધા દૃઢ થઈ હોય તેને સંસારના કોઈ વિઘ્નો નડી શકે નહીં. જો શ્રીઠાકોરજી પ્રત્યે તથા શ્રીમહાપ્રભુજી પ્રત્યે તમારો દૃઢ આશ્રય હોય તો દુનિયાની કોઈ તાકાત તમારું નુકશાન કરી શકે નહીં. એટલા માટે જ શ્રી મહાપ્રભુજીએ કહ્યું છે કે **"ઐહિકે પારલોકે ચ સર્વથા શરણં હરિ:"** રામાનંદને શ્રીઠાકોરજીનો દૃઢ આશ્રય હતો તેથી શ્રીમહાપ્રભુજીએ એમનો ત્યાગ કર્યો તો પણ રામાનંદે ઘરાવેલી જલેબી શ્રીઠાકોરજી આરોગી રહ્યા હતા. શ્રીઠાકોરજીને તો શ્રીમહાપ્રભુજીએ જેને બ્રહ્મસંબંધ આપ્યું તેનો ત્યાગ કરવાનો વિચાર પણ ન આવે. આમ રામાનણદ પંડિતનું શરણ, શ્રીઠાકોરજીએ સ્વીકાર્યુ અને શ્રીમહાપ્રભુજીએ પણ તેમને શરણે લીધા. પણ આ આશ્રયમાં જો જરા પણ અહંભાવ હોત અને દાસભાવ કે દીનતા ન હોત તો શ્રીમહાપ્રભુજીએ કે શ્રીઠાકોરજીએ રામનંદનું શરણ સ્વીકાર્યુ ન હોત. માટે પુષ્ટિમાર્ગમાં દાસભાવ એ મુખ્ય અને ખૂબ જરૂરીયાતની વસ્તુ છે. દાસભાવથી જ શરણ દૃઢ થઈને દીનતા આવે છે.

અમદાવાદના ભાગવત વિદ્યાપીઠના પ્રેરક તપસ્વી ઋષિ એવા શ્રી કૃષ્ણશંકર શાસ્ત્રીજી ભાગવતજીના જ્ઞાની વક્તા હતા, ચારેય વેદોના અને પુરાણો પ્રખર અભ્યાસી હતા છતાં જો તેઓ વ્યાસપીઠ ઉપર બેઠા હોય અને શ્રી વલ્લભકુળના આચાર્યશ્રી પધારે તો તુરત જ નીચે ઉતરી દંડવત કરતા અને આચાર્ય સમક્ષ સામાન્ય માણસની માફક નીચે બેસતા, ન કોઈ જ્ઞાનનો દંભ, ન કોઈ આડંબર, કેવી દીનતા !

દીનતા એટલે શું ? તો જ્યારે જીવને, - વૈષ્ણવને પોતાના દોષ દેખાય અને પોતાને હું હીન અને નિઃસાધન જીવ છું, કાંઈ જ કરી શકતો નથી વગેરે લાગે તો જ તેનામાં દીનતા આવે. બીજું લૌકિકમાં દીનતા હોય તો જ અલૌકિકમાં દીનતા આવે. ભગવાન માટે વિરહ થાય અને રુદન થયા કરે તે જ અલૌકિક દીનતા કહેવાય અને **"દીનતા હોય તો જ ભક્તિ ફલિત થાય છે."** દીનતા ન હોય તો તે ભક્તિનો અધિકારી જ ન કહેવાય. માટે દીનતા રાખશો તો જ ભક્તિ ફલિત થશે.

ભગવાન જીવને ભક્તિનું દાન ક્યારે કરે ? કે જ્યારે દીનતા આવે ત્યારે જ તીવ્ર ભક્તિ થાય અને ત્યારે જ દીનતા આવે. જે વૈષ્ણવ ભાઈ-બ્હેનો જાણી જોઈને ભક્તિનો પુરુષાર્થ ન કરે તો તે આત્મઘાતી જ કહેવાય.

હવે આપણે ભક્તિ અને દીનતા પ્રાપ્ત કેમ કરવી તે જોઈએ. ભક્તિનો પુરુષાર્થ નાનપણથી એટલે કિશોર અવસ્થામાં જ કરવો જોઈએ. ભક્તિના પુરુષાર્થમાં ભાગવત પાઠ - સ્મરણ અને સેવા જ મુખ્ય છે. સ્મરણ આર્તનાદ વાળું હૃદયના ઉંડાણમાંથી થવું જોઈએ. તો જ પ્રભુ પ્રત્યે આર્તિ વધશે અને જેટલી આર્તિ વધારે એટલે કે મન પ્રભુની યાદમાં અને વિરહમાં ખૂબ ગળગળું થઈ જાય એટલી દીનતા વધતી જશે.

આર્તનાદસ્મરણ માટે અષ્ટાક્ષરને લંબાવીને પોકારીને બોલવો. આમ સમજપૂર્વકની દોટ ભક્તિ પાછળ મૂકશું તો જ ભક્તિ પ્રાપ્ત થશે. અને એ માટે ઘણો જ પુરુષાર્થ કરવો પડશે. આના માટે પુષ્ટિમાર્ગીય ગ્રંથો - પુસ્તકોનું વાંચન કરવું અને ભગવદિય વૈષ્ણવોનો સંગ કરવો. પહેલાં તો પાઠ કરવા, પછી પાઠના પ્રતાપથી સ્મરણ પ્રાપ્ત થશે, પછી સેવા પ્રાપ્ત થશે. પહેલાં તો પાઠ પદ્ધતિસર કરવા અને સ્મરણ પણ સંકિર્તનથી કરવું. સંકિર્તન સ્મરણ કેમ કરવું તે શ્રી ગોપીગીતના છેલ્લા શ્લોકમાં લખ્યું છે.

॥ રુ રુ દુઃ સુસ્વરં રાજન્ કૃષ્ણ દર્શન લાલસાઃ ॥

આમ દીનતાના સ્વરના આલાપથી એટલે કે આર્ત -દુઃખી હ્રદયથી સ્મરણ-ચિંતન કરવું અને એવું સ્મરણ કરતાં કરતાં જીવમાં દાસભાવ આરૂઢ થતાં જરૂરથી દીનતા આવશે.

શ્રી હરિરાય મહાપ્રભુજીએ પોતાના સેવ્ય સ્વરૂપનું ચિંતન કરવાનો પ્રકાર એમણે રચેલા ”શ્રીમત્પ્રભોશ્ચિંતન પ્રકારજ઼ નામના ગ્રંથમાં દર્શાવ્યો છે.

શ્રીમત્પ્રભોશ્ચિંતન પ્રકાર

(શ્લોકાર્ય : શ્રી નવનીતપ્રિયા શાસ્ત્રીજી)

(જપ-પાઠ વગેરે સમયે પોતાના સેવ્ય સ્વરૂપનું ચિંતન કરવાનો પ્રકાર અહી દર્શાવ્યો છે. પુષ્ટિભક્તિમાર્ગ ઉષ્ણભાવ સમુદ્ધ છે. તેમાં શ્રીસ્વામીનીજીના હૃદયમાં ભાવાત્મા ભગવાન બિરાજે છે. તેઓ શ્રીસ્વામીજીના "આત્માનંદ - સમુદ્રસ્થ જા છે. કૃષ્ણનો આત્મા રાઘાજી છે. તેમની સાથેના રમણથી તો તે "આત્મારામજાકહેવાય છે. આ આત્મારૂપ શ્રીસ્વામીજીના આનંદ -લીલા-સમુદ્રમાં પ્રભુ નિત્ય વિહરે છે.)

(અનુષ્ટુપ)

અથ શ્રીવલ્લભાચાર્ય - ચરણાબ્જ - પ્રસાદતઃ ।
સ્વમાર્ગ - સેવ્ય - રૂપસ્ય ચિંતને રીતિરુચ્યતે ॥૧॥

શ્રીમદ્ વલ્લભાચાર્યજીના ચરણકમળની કૃપાથી પોતાના પુષ્ટિમાર્ગમાં સેવ્ય સ્વરૂપ (શ્રી પ્રભુ)ના ચિંતનની રીત હવે કહેવાય છે. (પોતાના પ્રભુનું ચિંતન આ રીતે કરવું.)   ૧.

વિપિને વિપિને વૃક્ષલતાદિયુ વિશેષતઃ ।
પરિભ્રમંતી વિરહે વિકલ્યા ગોપબાલિકા ॥૨॥

વ્રજના પ્રત્યેક વનમાં, વૃક્ષ અને વેલીઓમાં વિશેષ પ્રકારે (પોતાના પ્રિયતમ પ્રભુના) વિરહમાં વિકલ થયેલાં (આકુળ વ્યાકૂળ થયેલાં) (પોતાના પ્રિયતમ પ્રભુને શોધતાં) ચારે તરફ ફરતાં, (શ્રીવૃષભાન) ગોપનાં પુત્રી (શ્રીરાધાજી મારા હરિનાં સ્વામિનીજી છે.)   ૨.

વિસ્ત્રસ્ત-વસના શુષ્ક-રસના રસનાયિકા ।
વિકીર્ણકિશા સદ્વેષા નાથ નાથેતિ વાદિની ॥૩॥

(પ્રભુના વિરહની વ્યાકુળતામાં) ખસી ગયેલાં વસ્ત્રો વાળા, સૂકાઈ ગયેલી જીભવાળાં, રસનાં નાયિકા, વિખરાયેલાં કેશવાળાં, (પ્રભુ અન્ય સાથે વિહાર કરતા હશે તેવા વિચારથી) દ્વેષવાળાં, "હે નાથ ! હે નાથ !" એમ બોલ્યા કરતાં (શ્રી રાધાજી મારા પ્રભુનાં સ્વામીનીજી છે.)   ૩.

ચલત્પદ-પુત્રા દુઃખાન્મુહુર્મીલિત-લોચના ।
લસલ્લક્ષ્મ-પદાંભોજ-ચિહ્ન-દર્શન કાતરા ॥૪॥

(વિરહમાં પ્રભુને શોધવા) ચાલ્યા કરતા ચરણવાળાં, વિરહ દુઃખથી વારંવાર મીંચી દીધેલ નયનવાળાં, શૌભતા સોળ) લક્ષણોવાળા, (સ્વપ્રિયતમના) ચરણકમળનાં (વ્રજરજમાં પડેલા પગલાંની છાપરુપ) ચિહ્નોનાં દર્શનથી વ્યાકુળ થયેલાં (શ્રી રાધાજી મારા પ્રભુનાં સ્વામીનીજી છે.)   ૪.

દષ્ટ - દાવાગ્નિ - વિશિખા નિઃશ્વાસ - ગૃહણાતુરા ।
ઘરણી - પતિતાડત્યંત - વિરહાકુલા - ચેતસા ॥૫॥

(સ્વપ્રિયતમના વિરહથી પોતાના હૃદયમાં) દાવાગ્નિની જ્વાલાઓ જેણે જોઈ છે એવાં, (દુઃખમાં) નિઃસાસા મુકવાથી દુઃખી, અત્યંત વિરહથી વ્યાકુળ ચિત્તથી ઘરણી ઉપર ઢળી પડેલાં (શ્રીરાધીકાજી મારા હરિનાં સ્વામીનીજી છે.)   ૫.

હૃદિ પ્રાદુર્ભવદ્‌ - ભાવ - દષ્ટ ગોકુલ - નાયકા ।
નાથોત્થાપય મામેવં મહુર્વિકલવ - વાદિની ॥૬॥

(પોતાના) હૃદયમાં પ્રગટ થતાં (પ્રગાઢ) ભાવથી જેણે શ્રીગોકુલનાથનાં દર્શન કર્યા છે તેવાં, "હે નાથ, મને ઉઠાવી લો" એમ વારંવાર વ્યાકુળતાથી બોલતાં (શ્રીરાધિકાજી મારા હરિનાં સ્વામીનીજી છે.)   ૬.

વિચાર - રહિતા ચિત્ત - ચિંતાકુલિત - માનસા ।
મનોજ - ગૂઢભાવાત્મ - પ્રિય - પ્રાકટ્ય - કાંક્ષિણી ॥૭॥

(વિરહ - વ્યાકુતામાં અન્ય કાંઈ પણ) વિચાર વગરનાં , ચિત્તમાંની ચિંતાથી આકુળ વ્યાકુળ મનવાળાં, મનમાં ઉત્પન્ન થયેલા (કામ) ના ગૂઢભાવથી પોતાના પ્રિયતમ પ્રભુના પ્રાકટયને ઝંખતા (મારા હરિનાં સ્વામિનીજી છે.)   ૭.

સમસ્ત - લીલાનુકૃતિ -કૃતિ- સ્વપ્રિય - ભાવુકા ।
કોટિ - કંદર્પ - લાવણ્ય - ભાવરૂપ -પ્રિયાશ્રયા ॥૮॥

(વિરહ વ્યાકુળતાથી મનમાં ઉદ્ભવતી પોતાના પ્રિયતમની) સઘળી લીલાઓનું (કાયિક, વાચિક, માનસિક) અનુકરણ કરીને પોતાના પ્રિયતમની ભાવના કરતાં, કરોડો કામદેવ જેવી કાન્તિવાળાં, પોતાનાં ભાવાત્મક પ્રિયતમ પ્રભુના જ આશ્રયવાળાં (મારા હરિનાં સ્વામીનીજી છે.)   ૮.

નિત્ય લીલાશ્રયા નિત્ય - રતિ - સેવન - તત્પરા ।
પરમાર્દ્ર તમ - પ્રેમ - ક્લિન્ન - હૃત્પંકજાદરા ॥૯॥

નિત્યલીલાના આધારરૂપ, નિત્ય રતિ (વિહાર) સેવનમાં તત્પર, અત્યંત પીગળી ગયેલા પ્રેમથી તરબોળ હૃદય કમલ (વાળા પ્રભુ) માટે આદરવાળાં (મારા હરિનાં સ્વામિનીજી છે.)   ૯.

ભાવનીયા નિત્યમેવં ભૂતા મત્સ્વામિની હરેઃ ।
તદેક-હૃદય-સ્થાયી તદ્ભાવઃ કૃષ્ણ એવ હિ ॥૧૦॥

આવાં (વિરહ વ્યાકુળ થયેલાં) હરિનાં પ્રિયતમા મારા શ્રીસ્વામિનીજીની નિત્ય ભાવના કરવી જરૂરી છે. માત્ર તેમના જ હૃદયમાં નિત્ય બિરાજનાર (સ્થિર રહેનાર) ખરેખર તેમના ભાવરૂપ જ (ભગવાન) કૃષ્ણ છે.   ૧૦.

લીલા સહસ્ત્રવલિત: સામગ્રી સહિતસ્તથા ।
ભાવનીય: સદાનંદ: સદા નંદાદિ - લાલિત: ॥૧૧॥

(સદા આનંદમયી) હજારો લીલાઓથી યુક્ત, લીલાની (તેવી ભાવાત્મક) સામગ્રી સહિત, હંમેશા નંદ યશોદાજી વગેરેથી લાડ લડાવાયેલા, સદાનંદ કૃષ્ણની ભાવના કરવી જરૂરી છે.   ૧૧.

ઈદમેવોકતમાચાર્યૈ: સિદ્ધાંતસ્ય: નિરુપણે ।
આત્માનંદ - સમુદ્રસ્થં કૃષ્ણમેવેતિ યદ્વચ: ॥૧૨॥

"સિદ્ધાન્તમુકતાવલી" માં શ્રીમદ્ આચાર્યચરણ શ્રી વલ્લભાચાર્યજીએ "આત્માનંદ - સમુદ્રમાં રહેલા કૃષ્ણનું જ ચિંતન કરવું" એ પ્રકારે જે વચન કહેલું છે તે આ જ કહેલું છે.   ૧૨.

તદાશયસ્તુ વિવૃત: કૃપયૈવ પ્રભોર્મયા ।
અવગત્ય જના: સર્વે ચિંતયંતું હરિં સદા ॥૧૩॥

("સિધ્ધાંત મુકતાવલી" માં જે વચન કહ્યું છે આત્માનંદ સમુદ્રસ્થ) તેનો આશય તો મેં સમર્થ એવા શ્રીમહાપ્રભુજીની કૃપાથી સ્પષ્ટ કર્યો છે, તે સમજીને બધા જનો હંમેશા શ્રી હરિનું (પુરુષોત્તમ સદાનંદ શ્રીકૃષ્ણનું) ચિંતન કરો !   ૧૩.

॥ ઇતિ શ્રી હરિદાસ વિરચિત 'શ્રીમત્પ્રભોશ્ચિંતન પ્રકાર'
સમાપ્તમ્ ॥

"મદ ત્યાગ હેતુ" ગ્રંથમાં હરિરાય મહાપ્રભુજીએ સમજાવ્યું છે કે શ્રીકૃષ્ણચન્દ્રની સેવા અવિરત કરી શકાય અને દીનતા પ્રાપ્ત થાય એ માટે હંમેશા બધા જ મદોનો ત્યાગ કરવો.શ્રી હરિરાય

પ્રભુ (૧) વિદ્યાનો મદ (૨) ઘનનો મદ (૩) કુલીનતાનો મદ – આ ત્રણ મદને મુખ્ય ગણે છે અને ખાસ આગ્રહ રાખે છે કે, આ ત્રણેવનો ત્યાગ કરવો. એ સિવાય બીજા મદો જેવા કે જુવાનીનો મદ, પુરુષાતનનો મદ, વાચાળપણાનો મદ, રૂપનો મદ, સદાચાર – પાલનનો મદ, લોકો તરફથી માન પામવાને લીધે થયેલો મદ, વ્યાવહાર કુશળતાનો મદ, સગાવ્હાલાનું પોષણ કરવાની શક્તિનો મદ, દાનેશ્વરિતાનો મદ, સારા સંતાન હોવાનો મદ, સ્ત્રી -પુરુષ વગેરે પોતાને વશ હોય તેથી થયેલો મદ, પોતે ભક્ત છે એ દ્રષ્ટિએ ઉપજેલો મદ, રાજદરબારમાં માન મળે છે તેથી થયેલો મદ, વૃદ્ધોમાં પોતે માન પામે છે માટે થયેલો મદ, સુખ સગવડને સારા સારાં વાદ્યોનો પોતે ઉપયોગ કરી શકે છે તેથી થયેલો મદ, પોતામાં શ્રેષ્ઠ પ્રકારનું વૈરાગ્ય રહેલું છે તેથી થયેલો મદ આવા બધા જ મદોનો ત્યાગ કરવો.

દૈન્યનૈવ હરેસ્તોષો નાન્યત્સાધન મિષ્યતે ।
દૈન્યં તુ વિમદસ્યૈવ તતઃ સર્વાન્ પરિત્યજેત્ ॥

હરિ ભગવાન માત્ર દૈન્ય -દીનતાથી જ સંતોષ થાય છે. પ્રભુને પ્રસદ કરવામાં દીનતા સિવાય બીજુ કોઈ સાધન નથી. આ દીનતા માત્ર જે માણસમાં કોઈપણ પ્રકારનો મદ ન હોય, તદ્દન નિરભિમાની હોય, તેને જ હોઈ શકે. આ દીનતા બરોબર જાળવવા માટે બધા જ મદોનો ત્યાગ કરવો.

એતત્પ્રકાશક શ્રીમદ્દ્વલ્લભાચાર્ય સંશ્રય :।
સર્વદા સર્વથા કાર્યસ્તથા નિત્યસ્તદાત્મકૈ ॥

દીનતા એજ પ્રભુને પ્રસન્ન કરવાનું એક સાધન છે એ વસ્તુ આપણા મહાન આચાર્ય શ્રીમદ્ વલ્લભચાર્ય - ચરણોએ 'ભક્તનાં

દૈન્યમેવૈકં હરિતોષણસાઘનમ્' (રાસપંચાધ્યાયીનાં સુબોઘનજી) માં બતાવી છે. આવા શ્રી મહાપ્રભુજીનો નિત્ય આશ્રય - શ્રી મહાપ્રભુજીએ જેનો સ્વીકાર કર્યો છે તેવા ભગવદીઓએ સર્વદા સર્વ રીતે કરવો.

એ પ્રમાણે શ્રી હરિરાય પ્રભુ **"પદ્ચતુષ્ટમ્"** ના પહેલા બે શ્લોકમાં પણ દાસપણાની જ ઈચ્છા વ્યકત કરી રહ્યા છે.

"ગોકુલેશાસ્યવર દેહિ દાસ્યમ્ ।
મમ વિવિઘવિકલતામવલોક્ય લૌકિકે
નાથ કુરુષે કુપુરુષેડતિહાસ્યમ્ ॥"

હે ! શ્રીમદ્ગોકુલચંદ્ર પ્રભુના શ્રેષ્ઠ મુખારવિંદના અવતાર શ્રીમદ્વલ્લભાધિશ્વર ! આપનું દાસ્ય મને આપો. હેનાથ ! આપ લૌકિકમાં મારી અનેક પ્રકારની વિકલતાને જોઈ દુષ્ટ એવા આ મારા તરફ અતિ હાસ્ય કરી રહ્યા હશો.

ન ભવતિ ભયં કુરુ તથા મસ્તકે
નિજચરણકરકમળ યુગલલાસ્યમ્ ।
વદતિ હરિદાસ ઇતિ વિભુવદનદહનપદ
મન્તરા જગતિ કિમિતરદુપાસ્યમ્ ॥

જે પ્રમાણે કોઈ પણ પ્રકારનો ભય ન રહે તે પ્રમાણે આ દાસના મસ્તક ઉપર આપના ઉભય ચરણકમળ અને હસ્તકમળને લલિત રીતે પઘરાવો. આ હરિદાસ કહી રહ્યો છે કે શ્રીભગન્મુખારવિંદાવતાર શ્રીમદ્ વલ્લભાધીશના ચરણકમળ વિના જગતમાં બીજું શું સેવ્ય છે .

આમ શ્રી હરિરાયપ્રભુ દાસભાવથી શ્રી મહાપ્રભુજીને વિનંતી કરી રહ્યા છે. આમ મદત્યાગ, વિનંતી, વિજ્ઞપ્તિ વગેરે નમ્રતાથી - દાસભાવથી વારંવાર કરવાથી પણ શ્રીઠાકોરજી, શ્રીમહાપ્રભુજી તથા શ્રીગુંસાઈજી (શ્રીવિઠ્ઠલપ્રભુ) દીનતાનું દાન જરૂર કરશે જ.

બીજુ દાસ ભાવના ઉત્થાન માટે હરિદાસ એટલે કે ભકતો - ભગવદીયોનું દાસત્વ પ્રાપ્ત કરવા પ્રયત્ન કરવો. એ માટે શ્રી હરિરાય મહાપ્રભુજીએ **"દાસ્યાષ્ટકમ્"** સ્તોત્રની રચના કરેલ છે. જગતના સર્વ ધર્મોના ઇતિહાસમાં જોવા મળે છે કે બધા ધર્મોનાં અનુયાયીઓ તેમના ધર્મગુરુને પ્રણામ - વંદન કરે છે તેમજ તેમનું દાસ્ય ઇચ્છે છે. પરંતુ આ બાબતમાં પુષ્ટિમાર્ગમાં વિલક્ષણતા જોવા મળે છે. આપણે જેમને શ્રી મહાપ્રભુજીની જેમ મહાપ્રભુ તરીકે ઓળખીએ છીએ તેવા શ્રી હરિરાયચરણ ભગવદીયોનું દાસ્ય વાંછે (ઇચ્છે)છે.

આ સ્તોત્ર - અષ્ટક આપણને ભગવદ્ ભકતનું સ્વરૂપ સમજાવે છે અને આવા ભકતોના દાસાનુદાસ બનવાની પ્રેરણા આપે છે.

દાસ્યાષ્ટકમ્

(શાર્દૂલવિક્રિડીતયે)

નિત્યં પરિભાવયન્નિત ચરણૌ શ્રીવલ્લભસ્વામિનો
યે વા તદ્ગુણગાનસેવનપરા યે સંનિધિસ્થાયિનઃ।
યે વા તદ્રતભાવભાવિતમનોમોદાન્વિતાઃ સંતતં
તેષામેવ સદાસ્તુ દાસ્યમ પરં કિંવા ફલં જન્મનઃ ॥૧॥

જેઓ શ્રી વલ્લભાધીશનાં ચરણોનું ધ્યાન કરે છે, જેઓ એમનાં ગુણગાનમાં અને સેવનમાં તત્પર છે, જેઓ એમના સાંનિધ્યમાં રહેનાર છે, વળી જેઓ શ્રીમહાપ્રભુજીમાં રહેલ ભાવથી ભાવનાવાળા મનના આનંદથી હંમેશા યુકત છે, તે ભગવદીયોનું દાસ્ય મને સદા થાઓ. જન્મનું બીજું શું ફળ છે ? (અર્થાત કાંઇ નહી.)

૧.

ये कृष्णास्यकृपायुता: प्रतिदिनं तन्मार्गचिन्तापरा
ये वा लौकिकवैदिकादि सकलं तत्कर्तृकं मन्वते ।
येषामन्यदुपास्यमेव न परं चित्ते समारोहति
स्वीयत्वेन वृतास्त एव सततं मद्रक्षका भूतले ॥२॥

જેઓ શ્રીકૃષ્ણ પ્રભુના મુખારવિંદાવતાર શ્રીમહાપ્રભુજીની કૃપાથી યુક્ત છે, પ્રતિદિન એ શ્રીમહાપ્રભુજીના માર્ગનો વિચાર કરવામાં તત્પર છે, અને જેઓ લૌકિક વૈદિક સઘળું એમણે કરેલું જ માની રહ્યા છે, અને જેઓના ચિત્તમાં બીજા દેવની ઉપાસના કરવાનો વિચાર પણ આવતો નથી. જેઓનું પ્રભુએ સ્વકીયપણાથી (પોતાનાપણાથી) વરણ કરેલ છે, તે ભગવદીયો જ ભૂતળમાં મારા રક્ષક છે.   ૨.

ये तद्वाक्यविचारमात्रचतुरा गूढार्थबोधे रता
ये विश्वासयुता: कृतौ च कथिते श्रीवल्लभस्वामिन: ।
ये तद्वक्त्रदिदृक्षया ह्दि सदा तप्ताविरक्ता: सुखे
तदास्यं प्रतिजन्म मे फलतु, किं सिद्धै: फलैरन्यत: ॥३॥

જેઓ શ્રીવલ્લભાધીશની કૃતિમાં તથા કથનમાં વિશ્વાસવાળા છે, જેઓ એમના મુખારવિંદનાં દર્શનની ઈચ્છાથી સદા હ્રદયમાં તપ્યા કરે છે અને સંસારના સુખમાં વિરક્ત છે તેવા ભગવદીયોનું દાસ્ય પ્રતિજન્મ મને ફલીભૂત થાઓ, બીજાં સિદ્ધ થતાં ફળોથી શું ? (અર્થાત કાંઈ નહિ.)   ૩.

ये श्रीवल्लभपादसेवनकृते दीना: स्वदेहादिको -
पेक्षास्तत्परचेतनास्तदुदितं सर्वं स्वत: कुर्वते ।

येषां बुद्धिरहर्निशं समधिका तत्तोषणे सादरा
तेषामेव सतां सदा चरणयोः पातः परं मे फलम् ॥४॥

જેઓ શ્રીવલ્લભાધીશનાં ચરણકમળનાં સેવન માટે દીનતાવાળા છે, પોતાના દેહાદિકની ઉપેક્ષા કરનાર છે. શ્રીમહાપ્રભુજીમાં પરાયણ બુદ્ધિવાળા, એઓશ્રીએ ફરમાવેલું બધું પોતે જાતે કરે છે, અને જેઓની બુદ્ધિ શ્રીમહાપ્રભુજીને પ્રસન્ન કરવામાં અધિક આદરવાળી છે, તે સત્પુરુષોનાં ચરણોમાં પડવું એ જ મારે પરમ ફળ છે. ૪.

ये वा यत्प्रियनन्दसूनुचरणासकताः पुनः स्वामिनो
दास्यं शुद्धतया तदीयहृदयाभिप्रायमातन्वते ।
ये जीवत्फलमेतदेव निखिलं बुद्ध्या सदा मन्वते
तेषामेव पदाम्बुजे मम रतिः सेवाफलं जायताम् ॥५॥

જેઓ શ્રીમહાપ્રભુજીના પ્રિય, નંદનંદનનાં ચરણોમાં આસકત છે, વળી શ્રીસ્વામીનીજીનું દાસ્ય એમના હૃદયના અભિપ્રાયને જાણીને શુદ્ધપણાથી કરે છે અને જેઓ જીવવાનું બધું ફળ આ જ છે એમ બુદ્ધિ પૂર્વક માને છે, તે ભગવદીયોનાં ચરણકમળમાં સેવાના ફલસ્વરૂપ રતિયાને પ્રેમ મને થાઓ. ૫.

ये तद्बोधनचातुरीकलनतः संतृष्टचित्ताः सदा
ये वा मानससेवनां तदुदितां मुख्यां परां जानते ।
ये "दोषः सकलो निवृत्त" इति तद्विश्वासतो मन्वते
तेषामेव ममास्तु पादकमलद्वंद्वे परा रेषुता ॥६॥

જેઓ એ શ્રીમહાપ્રભુજીની સમજાવવાની ચાતુરીના વિચારથી સદા સંતુષ્ટ ચિત્તવાળા છે અને જેઓ શ્રીમહાપ્રભુજીએ કહેલ માનસી સેવાને માત્ર મુખ્ય માને છે, જેઓ "મારો બધો દોષ નિવૃત થયો છે, એમ તેઓશ્રી ઉપરના વિશ્વાસથી માને છે, તે ભગવદીયોનાં બંને ચરણકમળમાં મને રજપણું થાઓ, (અર્થાત એઓના ચરણકમળની હું રજ બનું એ ભાવ છે.)   ૬.

ये गोपीपतिपादरेणुभजने श्रीवल्लभैकाश्रिता
ये वा दास्यपरंपरामुपगताः प्राप्ताः परां दीनताम् ।
ये "स्वीयं सकलं तदीय" मिति हृत्पङ्केरुहे मानय-
न्त्येतेषामहमस्मि दासपदवीं प्राप्तः सदा जन्मनि ॥७॥

જેઓ ગોપીપતિ શ્રીકૃષ્ણ પ્રભુજીની ચરણ રેણુના ભજનમાં શ્રીવલ્લભાધીશના આશ્રયવાળા છે, જે દાસ્યની પરંપરાને પામ્યા છે, શ્રેષ્ઠ દીનતાને પ્રાપ્ત થયા છે, જેઓ હૃદયમાં બધુંયે પ્રભુનું છે એમ માની રહ્યા છે, સદાય જન્મમા (ભવોભવ) તેમની દાસપદવી મને પ્રાપ્ત થાઓ.   ૭.

ये तद्रूपमहर्निशं स्वहृदये तापात्मकं सुन्दरं
साकारं सरसं रसात्मकृत्या ख्यातं हि जातं भुवि ।
नित्यं तत्परिचिन्तयन्ति सततं संकीर्तयन्त्यादरात्
तेषां दैन्यभरेण मे प्रतिभवं दास्यं हि भूयात्फलम् ॥८॥

જેઓ તાપાત્મક, સુંદર, સાકાર, સરસ, રસાત્મકપણાથી પૃથ્વીમાં પ્રગટેલ અને પ્રસિદ્ધ એ શ્રીમહાપ્રભુજીના સ્વરૂપનું રાત્રિ - દિવસ ચિંતન કરે છે અને આદરથી હંમેશા ગાય છે, દીનતાના ભારથી

પ્રતિભવ (પ્રતિજન્મ) તે ભગવદીયોનું દાસ્ય જ મને ફલસ્વરૂપ થાઓ.   ૮.

॥ ઇતિ શ્રીહરિદાસોક્તં દાસ્યાષ્ટકમ્ સંપૂર્ણમ્ ॥

બીજું આપણે વારંવાર શ્રીઠાકોરજીને તથા શ્રીવલ્લભને વિનંતી કરતા રહેવાની કે હે પ્રભુ ! હે વલ્લભ ! હું આપનો છું. હું નિઃસાધન છું, (એટલે કે સેવા સ્મરણ-ચિંતન વગેરે કરવા અશક્ત) હીન છું. જેવો છું તેવો પણ આપનો છું, કારણ આપે મારો બ્રહ્મસંબંધ દ્વારા સ્વીકાર કર્યો છે એટલે હવે આપ મને તરછોડી શકો એમ નથી. તેમજ મારા ઉદ્ધારમાં પણ વાંધો આવે એમ નથી કારણ કે હું આપનો, આપનો ને આપનો જ છું. બીજું કોઈ આ દુનિયામાં મારું નથી, આમ વારંવાર વિનંતી કરતા રહેવું. એ માટે પણ શ્રીહરિરાયચરણે ઘણા બધા ગ્રંથો રચ્યા છે. જે ગ્રંથો મારા ખ્યાલમાં છે.તે આપવાનો પ્રયત્ન કર્યો છે. તેના વારંવાર સ્મરણ અને ચિંતનથી પ્રભુ કૃપા અને પ્રભુકૃપાથી દાસભાવ તેમજ ધીમે ધીમે દીનતા પ્રાપ્ત થશે જ.

શ્રી વલ્લભપંચાક્ષર સ્તોત્રમ્

(અનુષ્ટુપ)

શ્રીવલ્લવી - વલ્લભાસ્ય વિયોગાગ્ને કૃપાકર ।
અલૌકિક - નિજાનંદ શ્રીવલ્લભ તવાસ્મ્યહમ્ ॥૧॥

શ્રી ગોપીજનલવલ્લભ, શ્રી કૃષ્ણના મુખારવિંદ સ્વરૂપ, વિયોગાગ્નિરૂપ, કૃપા કરનાર અને અલૌકિક નિજાનંદ સ્વરૂપ એવા હે શ્રીવલ્લભ, હું આપનો છું.   ૧.

કૃષ્ણાધર - સુધાગાર - ભરિતાવયવાવૃત ।
શ્રીભાગવતભાવાબ્ધે શ્રીવલ્લભ તવાસ્મ્યહ્મ ॥૨॥

શ્રીકૃષ્ણની અધરસુધાથી ભરપૂર એવાં નિજ અંગોવાળા તથા શ્રીભાગવતના તત્વના મહાસાગરરૂપ એવા હે શ્રીવલ્લભ, હું આપનો છું. ૨.

ભાવાત્મક - સ્વરૂપાર્તિ ભાવસેવા - પ્રદર્શક ।
ભાવવલ્લભ - પાદાબ્જ શ્રીવલ્લભ તવાસ્મ્યહમ્ ॥૩॥

ભાવાત્મક પ્રભુનો તાપક્લેશ અને સેવાનો માર્ગ બતાવનારા, આવા ભાવને કારણે જ જેમનાં ચરણકમળ વહાલાં બન્યાં છે, એવા હે ! શ્રીવલ્લભ, હું આપનો છું. ૩.

કરુણાયુક્ત - દક્ષપ્રાન્ત - પાતપાતક - નાશક ।
નિઃસાધનજનાધીશ શ્રીવલ્લભ તવાસ્મ્યહમ્ ॥૪॥

કરુણાવાળાં નેત્રોના અંતર્ભાગથી -દૃષ્ટિ કરતાંવેત જ પાપોનો નાશ કરનારા અને નિઃસાધન જનોના સ્વામી એવા હે શ્રીવલ્લભ, હું આપનો છું. ૪.

મધુરાસ્યાતિમધુર - દગન્તમધુરાધર ।
સ્વરૂપ મધુરાકર શ્રીવલ્લભ તવાસ્મ્યહમ્ ॥૫॥

હે મધુર મુખવાળા, હે મધુર અણિયાળાં નેત્રોવાળાં, હે મધુર અધરવાળાં અને હે મધુર સ્વરૂપવાળા શ્રીવલ્લભ, હું આપનો છું. ૫.

દીનતામાત્રસંતુષ્ટ દીનતામાર્ગબોધક ।
દીનતાપૂર્ણહૃદય શ્રીવલ્લભ તવાસ્મ્યહમ્ ॥૬॥

દીનતામાત્રથી સંતોષ પામેલા, દીનતાના માર્ગનો બોધ કરનાર, દીનતાપૂર્ણ હૃદયવાળા હે શ્રીવલ્લભ, હું આપનો છું.   ૬.

અંગીકૃત - કૃતાનેકા - પરાધ - વિહતિક્ષમ ।
ગૃહીતહસ્તનિર્વાહ શ્રીવલ્લભ તવાસ્મ્યહમ્ ॥૭॥

જે જીવોને આપે આપના કર્યા છે, તેમના અનેક અપરાધોનો નાશ કરવા શક્તિમાન અને આવા ભક્તોના યોગક્ષેમને સાચવનાર હે શ્રીવલ્લભ, હું આપનો છું.   ૭.

અશેષહરિદાસૈક સેવિત - સ્વપદાંબુજ ।
અદેય - ફલદાનાર્થ શ્રીવલ્ભ તવાસ્મ્યહમ્ ॥૮॥

અદેય એવું ફળ પ્રાપ્ત કરવા, પૂર્ણ ભાવપૂર્વક, ભગવદ્ ભક્તો દ્વારા જેમનાં ચરણકમળોની સેવા કરવામાં આવી છે એવા હે શ્રીવલ્લભ, હું આપનો છું.   ૮.

॥ ઇતિ શ્રીહરિદાસોક્તં શ્રીવલ્લભપંચારક્ષર સ્તોત્રમ્ સંપૂર્ણમ્ ॥

શ્રી હરિરાયમહાપ્રભુએ **સ્વસ્વામિપાણિ યુગલાષ્ટકમ્** માં પણ શ્રીમદ્આચાર્યચરણ અને શ્રીપ્રભુચરણનાં દાસ્ય માટે વિનંતી કરી છે.

દાસ્યં પ્રયચ્છતાં મહ્યં સમસ્તફલમૂર્ષગમ્ ।
સ્વામિનૌ વલ્લભાધીશ - વિઠ્ઠલેશાભિધૌ મમ્ ॥

અર્થ : સ્વામી શ્રીમદાચાર્યચરણ અને પ્રભુચરણો મને હંમેશા બધા ફળોના મસ્તક પર રહેલું દાસ્ય આપો. આમ દાસ્યપણા માટે વારંવાર વિનંતી કરતા રહેવું જોઇએ.

બીજું આશ્રય વિનંતી અને વિરહના કીર્તનો તેમજ ઘોળ - પદ ગાવાથી પણ આપણાં ભાવને પોષણ મળે છે. જેનો જેવો અધિકાર એ પ્રમાણે શ્રી ઠાકોરજી આપણને જે તે કરવા માટે પ્રેરણા કરે છે. વલ્લકુળના બાળકો અને અષ્ટસખાઓએ રચેલા કીર્તનો સાક્ષત્કારથી રચેલ હોવાથી એનો પ્રભાવ આપણા ઉપર ઘણો જ પડે છે. માટે પુષ્ટિમાર્ગમાં તો બીજા ભજનો ગાવાનો નિષેધ છે. અહીં થોડા આશ્રય, વિનંતીના તેમજ વિરહનાં કીર્તનો તેમજ ઘોળ-પદ આપવાનો પ્રયાસ કરેલ છે.

શ્રી હરિરાયજીના બારમાં અને તેરમાં શિક્ષાપત્રના શ્લોકોનું મુખથી સ્મરણ અને ચિત્તથી મનન કરવું તેમજ ધ્યાનથી સાંભળવા. આ શ્લોકો જેવા કે હે નાથ ! કૃપાનાથ, ગોપીનાથ, દયાનિધિ, વ્રજનાથ, રમાનાથ, જગત્પતયે દયા કરો, દયા કરો. આવા દીનતાના શ્લોકો શિક્ષાપત્રમાંથી શોધીને ચિત્તથી - ધ્યાનથી સાંભળવા અને મનન કરવું.

ટૂંકમાં દીનતાની પ્રાપ્તિ નીચેના ઉપાયોથી જરૂર થશે.

(૧) શ્રી મહાપ્રભુજીના ચરણકમળોમાં દઢ આશ્રય.

(૨) ભગવદીયોના વચનોમાં દઢ વિશ્વાસ.

(૩) સ્તવનથી, સ્વવિત્તથી, સ્વગૃહે સદા ભગવદ્‌સેવામાં તત્પર.

(૪) અનોસરમાં ભગવદ્‌કથા - સ્મરણ - સત્સંગ.

(૫) સત્સંગની આતુરતા અને દુઃસંગનો ત્યાગ.

(૬) કામ, ક્રોધ, લોભ, મદ, મોહ વગેરે દોષોનો ત્યાગ.

(૭) શ્રી મહાપ્રભુજી, શ્રીગુંસાઇજી વગેરેના ગ્રંથોનું નિત્ય અવગાહન.

(૮) નિવેદનમંત્રનું અહર્નિશ સ્મરણ.
(૯) લૌકિક વૈદિકમાં સાક્ષીવત્ સ્થિતિ.

પ્રભુ કોઈ સાધન સંપત્તિથી નહિ, કેવળ દીનતાથી જ પ્રસન્ન થાય છે.

ભાવ વગર ભક્તિમાર્ગમાં સિદ્ધિ નથી. તો શ્રી ઠાકોરજીને અવારનવાર ભાવથી ગદ્ગદિત થઈ નીચે પ્રમાણે વિનંતી - સ્તુતિ કરતાં રહેવી.

હે શ્રીજી બાવા ! હે કૃપાનિધાન ! હે દયાનિધાન !

- મારી રસના સદા આપના ગુણગાનમાં તત્પર રહો.
- મારા કાન નિત્ય આપના ગુણગાન તથા કથાશ્રવણમાં આતુર રહો.
- મારા હાથ અષ્ટપ્રહાર આપની સેવામાં તત્પર રહો.
- મારા પગ આપની સેવા અને ભગવદ્ દર્શનમાં પ્રવૃત રહો.
- મારા નેત્રો આપના તેમજ આપના કૃપાપાત્ર ભગવદીયોના દર્શનમાં આતુર રહો.
- મારુ મસ્તક નિત્ય આપના ચરણારવિંદમાંજ નમેલું રહો.
- મારુ મન સદા આપનાં જ સ્મરણ - ચિંતનમાં પ્રવૃત રહો.
- મારી કાયા આપની સેવા અને સુખમાં જ પ્રવૃત રહો.
- મને આપના દાસોના દાસનું દાસત્વ પ્રાપ્ત થાઓ.

સંસારચક્રમાં સ્વકર્મ અનુસાર ભ્રમણ કરતાં પણ હે કૃપાનાથ ! આપની માયાથી મોહિત બની તેમાં હું કદી આસક્ત ન બનું એટલી જ સદૈન્ય વિજ્ઞપ્તિ છે.

હે શ્રીવલ્લભ !

ઉપર લખ્યા પ્રમાણે સર્વ પાઠોનું સ્મરણ - ચિંતન -મનન કરાવવા આપની કૃપા વાંછતી આપની દાસનુદાસીના પંચાગ પ્રણામ.

સર્વે વૈષ્ણવોને
"જયશ્રી કૃષ્ણ"

શ્રીકૃષ્ણાષ્ટકમ્

॥ શ્રીકૃષ્ણાય નમઃ ॥

(નોંધ: આ અષ્ટક અષ્ટાક્ષરનું સ્મરણ કરતાં કરતાં ચિત્તથી સાંભરવું.)

(રાગ - ગોપીગીત લલીત)

શ્રી ગોપગોકુલવિવર્ધન નંદસૂનો ।
રાધાપતે વ્રજ્જનાર્તિ હરાવતાર ॥
મિત્રાત્મજાતટવિહારણ દિનબંધો ।
દામોદરાચ્યુત વિભો મમ દેહિ દાસ્યમ્ ॥૧॥

શ્રી ગોપ અને શ્રી ગોકુલની વૃદ્ધિ કરનારા હે નંદ સુનુ કૃષ્ણ મને આપનું દાસ્ય આપો, શરણ આપો, હે નંદરાયના પુત્ર, હે રાધિકાજીના પતિ, આપ વ્રજ્જનોની આર્તિને પીડાને વિયોગવ્યથાને દૂર કરનારા છો, મિત્રાત્મજા - સૂર્યના પુત્રી શ્રી યમુનાજીનાં કાંઠે વિહાર કરનારા છો, દીનોના બંધુ છો, હે દામોદર, હે અચ્યુત, હે વિભો - સર્વત્ર વ્યાપી રહેલા પ્રભુ, મને આપનું દાસ્ય આપો. સેવા આપો, શરણ આપો ૧.

શ્રીરાધિકારમણ માધવ ગોકુલેન્દ્ર ।
સૂનો યદૂત્તમરમાર્ચિતપાદપદ્મ ॥
શ્રીશ્રીનિવાસ પુરુષોત્તમ વિશ્વમૂર્તે ।
ગોવિંદ યાદવપતે મમ દેહિ દાસ્યમ્ ॥૨॥

હે શ્રી રાધિકાના સ્વામી, હે માધવ, હે શ્રી ગોકુલના ઈન્દ્ર -
અધિપતિ શ્રી નંદરાયજીના પુત્ર, આપ યાદવોમાં ઉત્તમ છો,
લક્ષ્મીજી આપના ચરણકમળની સેવા કર્યા જ કરે છે. આપ શ્રી
લક્ષ્મીજીના નિવાસરૂપ છો, પુરુષોત્તમ છો, વિશ્વમૂર્તિ છો. હે
યાદવ પતિ, હે ગોવિંદ મને આપનું દાસ્ય આપો.   ૨.

ગોવર્ધનોદ્ધરણ ગોકુલવલ્લભાદ્ય-
વંશોદ્ભટાલયહરેડખિલલોકનાથ ॥
શ્રીવાસુદેવ મધુસૂદન વિશ્વનાથ વિશ્વેશ,
ગોકુલપતે મમ દેહિ દાસ્યમ્ ॥૩॥

હે ગોવર્ધન પર્વતને ધારણ કરનાર, શરણાગત ભકત વત્સલ, શ્રી
ગોકુળના વલ્લભ, આદ્ય ઉત્તમ વંશમાં પ્રગટ થયેલા અને અખિલ
લોકના નાથ હે વાસુદેવ, મધુસૂદન, વિશ્વનાથ, વિશ્વના ઈશ્વર,
ગોકુળના પતિ શ્રીકૃષ્ણ મને દાસ્ય આપો.   ૩.

રાસોત્સવપ્રિય બલાનુજ સત્ત્વરાશે ।
ભકતાનુકંપિત ભવાર્તિહરાધિનામ ॥
વિજ્ઞાનધામ ગુણધામ કિશોરમૂર્તે ।
સર્વેશ મંગલતનો મમ દેહિ દાસ્યમ્ ॥૪॥

પ્રભુ સ્વરૂપ આનંદ ઘન હોવાથી આપને રાસોત્સવ ખૂબ પ્રિય છે. શ્રી બલદેવજીના આપ અનુજ છે. સત્ત્વના ભંડાર રૂપ છે. ભક્તો પર અનુકંપા કરુણા કરનાર હોવાથી પોતે ભક્તોના સંસાર – દુ:ખોને હરનાર છે. આવા હે સ્વામી, વિજ્ઞાન એટલે કે આપના ભાવાત્મક સ્વરૂપના ધામ પર, અલૌકિક ગુણોના ધામરૂપ આપ છો. હે કિશોર મૂર્તિ, સર્વ ભક્તજનોના ઈશ, મંગળતનું કૃષ્ણ મને આપનું દાસ્ય આપો. ૪.

સદ્ધર્મપાલ ગરુડાસન યાદવેંદ્ર ।
બ્રહ્મણ્યદેવ યદુનંદનભક્તિદાન ॥
સંકર્ષણ પ્રિય કૃપા લય દેવવિષ્ણો ।
સત્ય પ્રતિજ્ઞ ભગવન્ મમ દેહીં દાસ્યમ્ ॥૫॥

સર્વ ધર્મમાં શ્રેષ્ઠ એવા ભક્તિમાર્ગનું આપ રક્ષણ કરનાર છો. હે ગરુડના આસને બિરાજનારા, યાદવોના પતિ, ભક્તો સાથે ક્રિડા કરનાર પર બ્રહ્મ, વસુદેવના પુત્ર આપ ભક્તિનું દાન કરનાર છો. હે સંકર્ષણ – બલદેવજીને પ્રિય આપ કૃપાના ધામરૂપ છે, દેવ હોઈ આપ ભક્ત સાથે ક્રિડા કરનાર છો અને ક્રિડામાં પણ વિજયની ઇચ્છા કરનાર છો. જગતમાં વ્યાપ્ત થઈને રહેલા હે સત્ય પ્રતિજ્ઞાવાળા ભગવાન મને આપનું દાસ્ય આપો. ૫.

ગોપીજન પ્રિયતમ ક્રિયયૈક લભ્ય,
રાધાવર પ્રિય વરેણ્ય શરણ્ય નાથ ॥
આશ્ચર્ય બાલ વરદેશ્વર પૂર્ણકામ-
વિદ્વત્તમાશ્રય વિભોમમ દેહિ દાસ્યમ્ ॥૬॥

હે, શ્રી ગોપીજનના પ્રિયતમ, આપ માત્ર એક ક્રિયાથી, સેવાથી જ પ્રાપ્ત થાવ છો. હે, શ્રી રાધિકાજીના સ્વામી, વ્હાલા, સર્વથી શ્રેષ્ઠ પ્રભુ આપ શરણે આવેલાનું રક્ષણ કરનારા છો. હે આશ્ચર્યકારક અદ્ભૂત બાલસ્વરૂપને ધારણ કરવાવાળા પ્રભુ આપ શ્રેષ્ઠ વરદાન દેનાર છો. પૂર્ણકામ હોવાથી કામની અપેક્ષા રહિત છો. વિદ્વત્તમ ભક્તિભાવથી પૂર્ણ એવા વિદ્વાનોના આશ્રયરૂપ હે, વ્યાપક પ્રભુ મને આપનું દાસ્ય આપો.   ૬.

કન્દર્પ કોટિમદહારણ તીર્થ કિર્તે ।
વિશ્વૈકવન્દ્ય કરુણાર્ણવ તીર્થપાદ ॥
સર્વજ્ઞ સર્વ વરદાશ્રય કલ્પવૃક્ષ ।
નારાયણા ખિલગુરો મમ દેહિ દાસ્યમ્ ॥૭॥

આપનું સ્વરૂપ એક તો શું, કરોડો કામ દેવના મદને ચૂર કરી દે એવું સુંદર છે. આપ પવિત્ર ચશવાળા છો. વિશ્વ માટે નમસ્કાર કરવા યોગ્ય આપ એક જ છો. આપ કરુણાના સાગર છો. આપના ચરણકમળ તીર્થરૂપ પૂજવા લાયક છે. આપ સર્વજ્ઞ છો. સર્વ વરદાન આપવા વાળા છો. કલ્પવૃક્ષની જેમ ઇચ્છિત ફળને આપનારા છો. એવા હે, નારાયણ સર્વના ગુરુ શ્રીકૃષ્ણ મને આપનું દાસ્ય આપો.   ૭.

વૃન્દાવનેશ્વર મુકુન્દ મનોજ્ઞવેષ ।
બંસી વિભૂષીત કરાંબુજ પદ્મનેત્ર ॥
વિશ્વેશ કેશવ વ્રજોત્સવ ભક્તિવશ્ય ।
દેવેશ પાંડવપતે મન દેહિ દાસ્યમ્ ॥૮॥

હે, વૃન્દાવનના અધિપતિ મુકિતને આપનારા મુકુન્દ આપ મનોહર વેશવાળા છો. આપના કરકમળ બંસીથી શોભી રહ્યા છે. આપના નેત્ર પણ કમળ જેવાં છે. હે વિશ્વના ઈશ, હે કેશવ, આપ વ્રજના ઉત્સવરૂપ છો. ભકિતથી વશ થાવ છો. દેવોના અધિપતિ છો. પાંડવોનાપતિ છો. હે પ્રભો, મને આપનું દાસ્ય આપો.   ૮.

શ્રીકૃષ્ણ સ્તવ રત્નમષ્ટક મિદં, સર્વાર્થિદં વર્ણ્યતાં ।
ભકતાનાં ચ હિત હરેશ્ચ નિતરાં યો વૈ પઠેત્યાવનમ્ ॥
તસ્યાસૌ વ્રજરાજસૂનુઅતુલાં, ભકિતં સ્વપાદાંબુજે ।
સત્સેવ્યે પ્રદદાતિ ગોકુલપતિઃ શ્રી રાધિકા વલ્લભઃ ॥૯॥

શ્રી કૃષ્ણના સ્તવનમાં રત્નરૂપ એવું આ અષ્ટક જે સાંભળે તેના સર્વ અર્થ, ચારે પુરુષાર્થ સિદ્ધ થાય છે. ભકતોને તેમજ શ્રી હરિને અતિ પ્રિય એવા આ નિર્મલ પવિત્ર શ્રી કૃષ્ણાષ્ટકનો પાઠ જે કોઈ કરે તેને શ્રી નંદરાયજીના પુત્ર, ગોકુલના અધિપતિ, શ્રી રાધિકાજીના સ્વામિ, શ્રીકૃષ્ણ પોતે સંતોથી સેવાયેલા પોતાના ચરણકમળમાં અતુલ ભકિત આપે છે.   ૯.

॥ ઇતિ શ્રીમદ્ વલ્લભાચાર્ય વિરચિતં શ્રીકૃષ્ણાષ્ટકં સંપૂર્ણમ્ ॥

શ્રીકૃષ્ણશરણાષ્ટકમ્

(અનુષ્ટુપ)

સર્વસાધનહીનસ્ય પરાધીનસ્ય સર્વતઃ ।
પાપપીનસ્ય દીનસ્ય શ્રીકૃષ્ણઃ શરણં મમ ॥૧॥

દરેક જાતનાં સાધન વિનાનો, ચારે બાજુથી પરાધીન પાપથી ભરપૂર અને દીન એવો જે હું, તેનું શરણ શ્રીકૃષ્ણ છે.   ૧.

સંસારસુખસંપ્રાપ્તિ સંમુખસ્ય વિશેષતઃ ।
બહિર્મુખસ્ય સતતં શ્રીકૃષ્ણઃ શરણં મમ ॥૨॥

ખાસ કરીને સંસારના સુખોને મેળવવા તરફ મુખ કરી બેઠેલો અને પ્રભુ સિવાય અન્ય તરફ વળેલો બહિર્મુખ એવો જે હું, તેનું શરણ શ્રીકૃષ્ણ છે.   ૨.

સદા વિષયકામસ્ય દેહારામસ્ય સર્વથા ।
દુષ્ટસ્વભાવવવામસ્ય શ્રીકૃષ્ણઃ શરણઃ મમ ॥૩॥

હંમેશા વિષયની જ ઇચ્છા કરતો, દરેક રીતે દેહના આનંદમાં રચ્યો પચ્યો રહેતો અને દુષ્ટ સ્વભાવને લીધે વાંકો થયેલો એવો જે હું, તેનું શરણ શ્રીકૃષ્ણ છે.   ૩.

સંસારસર્પદષ્ટસ્ય ધર્મભ્રષ્ટસ્ય દુર્મતેઃ ।
લૌકિકપ્રાપ્તિકષ્ટસ્ય શ્રીકૃષ્ણઃ શરણં મમ ॥૪॥

સંસારરૂપી સર્પથી કરડવામાં આવેલો. ધર્મભ્રષ્ટ, દુષ્ટ બુદ્ધિવાળો અને લૌકિક પદાર્થોની પ્રાપ્તિના કષ્ટવાળો એવો જે હું, તેનુ શરણ શ્રીકૃષ્ણ છે.   ૪.

વિસ્મૃતસ્વીયધર્મસ્ય કર્મમોહિતચેતસઃ ।
સ્વરૂપજ્ઞાનશૂન્યસ્ય શ્રીકૃષ્ણઃ શરણં મમ ॥૫॥

જે પોતાનો ધર્મ ભૂલી ગયો છે, કર્મમાં જેનું ચિત્ત મોહ પામેલું છે, અને પોતાના સ્વરૂનું જેને જ્ઞાન નથી તેવો જે હું, તેનું શરણ શ્રીકૃષ્ણ છે.   ૫.

સંસારસિન્ધુમગ્નસ્ય ભગ્નભાવસ્ય દુષ્કૃતેઃ ।
દુર્ભાવલગ્નમનસઃ શ્રીકૃષ્ણઃ શરણં મમ ॥૬॥

સંસારરૂપી સાગરમાં ડૂબી ગયેલો, જેનો ભાવ ભાંગી પડયો છે તેવો, દુષ્ટકાર્યવાળો અને દુષ્ટ ભાવમાં લાગેલા મનવાળો એવો જે હું, તેનું શરણ શ્રીકૃષ્ણ છે.   ૬.

વિવેકધૈર્યભક્ત્યાદિ રહિતસ્ય વિશેષતઃ ।
વિરુદ્ધકરણાસકતેઃ શ્રીકૃષ્ણઃ શરણં મમ ॥૭॥

ખાસ કરીને વિવેક, ધીરજ, ભક્તિ વગેરે જેમાં જરાયે નથી તેવો અને વિરોધી કાર્યોમાં આસક્તિવાળો એવો જે હું, તેનું શરણ શ્રીકૃષ્ણ છે. ૭.

વિષયાક્રાન્તદેહસ્ય વૈમુખ્યહૃતસન્મતેઃ ।
ઇન્દ્રિયાશ્વગૃહીતસ્ય શ્રીકૃષ્ણઃ શરણં મમ ॥૮॥

વિષયોથી જેનો દેહ ઘેરાઇ ગયેલો છે, અને વિમુખ થઇ જવાથી જેની સદ્બદ્ધિ હરાઇ ગઇ છે અને ઇંદ્રિયરૂપી ઘોડાઓએ જેને જકડ્યો છે, તેવો જે હું, તેનું શરણ શ્રીકૃષ્ણ છે. ૮.

એતદષ્ટક પાઠેન હોતદુક્તાર્થ ભાવનાત્ ।
નિજાચાર્ય પદામ્ભોજસેવકો દૈન્યમાપ્નુયાત્ ॥૯॥

આ શ્રીકૃષ્ણશરણાષ્ટકના પાઠથી અને એમાં કહેલા અર્થનું મનન કરવાથી આપણા આચાર્ય શ્રીવલ્લભાચાર્યજીનાં ચરણકમળનો સેવક દીનતા પ્રાપ્ત કરશે. ૯.

॥ ઇતિ શ્રીહરિદાસોકતં શ્રીકૃષ્ણશરણાષ્ટક સંપૂર્ણમ્ ॥

દ્વિતિય
શ્રીકૃષ્ણશરણાષ્ટકમ્

(અનુષ્ટુપ)

સ્વામિનીચિન્તયા ચિતખેદભિન્નમુખામ્બુજઃ ।
નમદયનયુગલઃ સ કૃષ્ણઃ શરણં મમ ॥૧॥

શ્રી સ્વામિનીજી - વિષયક ચિંતાને લીધે થયેલા ચિત્તમાંના ખેદને લઈ જેમનું મુખકમલ ભિન્ન થયેલું છે અને જેમનાં બંને નેત્રકમલ નીચાં ઢળી રહ્યા છે તે શ્રીકૃષ્ણચંદ્રજી મારું શરણ છે.   ૧.

મનોજભાવભરિતો ભાવયન્મનસા રતિમ્ ।
મિલનવ્યાકુલમનાઃ સ કૃષ્ણઃ શરણં મમ ॥૨॥

મનોભવ કંદર્પના ભાવથી ભરેલા, મનથી રતિની ભાવના કરતા અને મળવાને માટે વ્યાકુલ ચિત્તવાળાએ શ્રીકૃષ્ણચંદ્રજી મારું શરણ છે.   ૨.

નિઃશ્વાસશુષ્યદ્ઘદનો મધુરાધરપલ્લવ: ।
મુરલીનાદનિરત: સ કૃષ્ણ: શરણં મમ ॥૩॥

નિસાસાઓને લીધે સૂકાઈ જતા મુખકમળવાળા, મધુર અધર -
વાળા અને મુરલીના નાદમાં મચી રહેલા એવા એ શ્રીકૃષ્ણચંદ્રજી
મારું શરણ છે. ૩.

નિકુંજમન્દિરાન્ત:સ્થ સુમપલ્લવતલ્પકૃત્ ।
પ્રતીક્ષમાણ: સ્વપ્રાપ્તિં સ કૃષ્ણ: શરણં મમ ॥૪॥

નિકુંજ મંદિરના અંદરના ભાગમાં રહેલાં પુષ્પો અને કુંપળોની
શય્યા કરી છે તેવા અને સ્વામિનીજીની પ્રાપ્તિની રાહ જોતા એ
શ્રીકૃષ્ણચંદ્રજી મારું શરણ છે. ૪.

વિયોગભાવવિહસદ્ઘદનામ્બુજ સુન્દર: ।
આકર્ણયન્નલિરુતં સ કૃષ્ણ: શરણં મમ ॥૫॥

વિયોગના ભાવે કરીને હસતા મુખકમલને લીધે સુંદર દેખાતા
અને ભ્રમરોનો ગણગણાટ સાંભળતા એ શ્રીકૃષ્ણચંદ્રજી મારું શરણ
છે. ૫.

મુચ્ચદશ્રૂણિ વિલુઠન્ ગાયન્ મત્ત ઇવ કવચિત્ ।
નૃત્યન્ રસાસકતમના: સ કૃષ્ણ: શરણં મમ ॥૬॥

આંખોમાંથી આંસુ ઢાળતા, લોટી પડતા, કોઈક વાર ગાંડાની
માફક ગાન કરતા અને નાચ કરતા અને રસમાં આસકત
ચિત્તવાળાએ શ્રીકૃષ્ણચંદ્રજી મારું શરણ છે. ૬.

શયાન એકલસ્તલ્પે સ્વપ્નસંબન્ધસિદ્ધયે ।
પ્રબોધપશ્ચાત્તાપ્તો યઃ સ કૃષ્ણઃ શરણં મમ ॥૭॥

શૈયામાં એકલા જ સૂતેલા અને જાગ્યા પછી સ્વપ્નમાં થયેલો શ્રીસ્વામીનીજીનો સંબંધ સિદ્ધ થાય એ ઉદેશે જેમને સંતાપ થયો છે તેવા શ્રીકૃષ્ણચંદ્રજી મારું શરણ છે.   ૭.

રસાત્મા રસરીતિજ્ઞો રસલીલાપરાયણઃ .
રસાત્મગોપીરસિકઃ સ કૃષ્ણઃ શરણં મમ ॥૮॥

રસસ્વરૂપ, રસની રીતિના જાણકાર, રસાત્મક લીલાઓમાં તત્પર, અને રસાત્મા એવાં ગોપીજનોમાં રસવૃત્તિવાળા એ શ્રીકૃષ્ણચંદ્રજી મારું શરણ છે.   ૮.

॥ ઇતિ શ્રીહરિદાસોક્તં દ્વિતિય શ્રીકૃષ્ણશરણાષ્ટકં સંપૂર્ણમ્ ॥

પંચાક્ષરમન્ત્રગર્ભ સ્તોત્રમ્

(સવૈયો)

દુષ્ટતમોડમિ દયારહિતોડપિ
વિધર્મવિશેષકૃતિપ્રથિતોડપિ ।
દુર્જનસંગરતોડપ્યવરોડપિ ચ
'કૃષ્ણ તવાસ્મિ,' ન ચાસ્મિ પરસ્ય ॥૧॥

હું અત્યંત દુષ્ટ છું, દયારહિત છું, અન્ય પ્રકારના ધર્મનાં કાર્યથી જાહેર થયેલો છું. દુર્જનના સંગમાં પ્રેમવાળો છું અને હલકો પણ છું, આમ છતાં 'હે કૃષ્ણ ! હું તમારો છું.' બીજાનો નથી.   ૧.

લોભરતોડપ્યભિમાનયુતોડપિ ।
પરહિતકારણકૃત્યકરોડપિ ।
ક્રોધપરોડપ્યવિવેકહતોડપિ ચ
"કૃષ્ણ તવાસ્મિ, " ન ચાસ્મિ પરસ્ય ॥૨॥

હું લોભમાં રચ્યોપચ્યો રહેનારો છું, અભિમાનવાળો છું, બીજાનાં માટે બૂરું કામ કરનારો છું, ક્રોધ પરાયણ છું, અને અવિવેકથી હણાઈ ગયેલો છું, આમ છતાં પણ "હે કૃષ્ણ ! હું તમારો છું," બીજાનો નથી. ૨.

કામમયોડપિ ગતાશ્રણોડપિ
પરાશ્રયગાશયચ્ચ્યલિતોડપિ ।
વૈષયિકાદરસંવલિતોડપિ ચ
"કૃષ્ણ તવાસ્મિ," ન ચાસ્મિ પરસ્ય ॥૩॥

હું કામી છું, જેનો આશ્રય છૂટી ગયો હોય તેવો છું, પારકાના આશ્રયે જવાની ઇચ્છાએ ચંચલ થઈ ગયેલો છું અને વિષય - સંબંધી પદાર્થો તરફના આદરવાળો છું, છતાં પણ "હે કૃષ્ણ ! હું તમારો છું," બીજાનો નથી. ૩.

ઉત્તમધૈર્યવિભ્મિદતરોડપિ
નિજાદરપોષાણહેતુપરોડપિ ।
સ્વીકૃતમત્સરમોહમદોડપિ ચ
"કૃષ્ણ તવાસ્મિ ન ચાસ્મિ પરસ્ય ॥૪॥

ઉત્તમ એવા ધૈર્ય વિનાનો છું, મારું પેટ ભરવાનાં ફાંફા મારવામાં પડેલો છું, અને જેણે મત્સર મોહ અને મદનો સ્વીકાર્ય કર્યો છે તેવો છું, છતાં પણ, "હે કૃષ્ણ ! હું તમારો છું," બીજાનો નથી. ૪.

ભક્તિપથાદરમાત્રકૃતોડપિ
વ્યર્થવિરુદ્ધકૃતિપ્રસૂતોડપિ ।

ત્વત્પદસંમુખતાપતિતોડપિ ચ
"કૃષ્ણ તવાસ્મિ," ન ચાસ્મિ પરસ્ય ॥૫॥

ભક્તિમાર્ગ તરફ આદર માત્ર કર્યા છતાં પણ નકામી ભક્તિમાર્ગથી વિરુદ્ધ કૃતિમાં પડ્યો - પાથર્યો રહું છું, અને આપના ચરણારવિંદમાં આવી પડેલો છું, "હે કૃષ્ણ ! હું તમારો છું," બીજાનો નથી. ૫.

સંસૃતિગેહકલત્રરતોડપિ
વ્યર્થઘનાર્જનખેદસહોડપિ ।
ઉન્મદમાનસસંશ્રયણોડપિ ચ
"કૃષ્ણ તવાસ્મિ," ન ચાસ્મિ પરસ્ય ॥૬॥

સંસાર ઘર અને સ્ત્રીમાં રચ્યો-પચ્યો પડ્યો છું, (સંસૃતિસંતતિગેહરતોડપિ પાઠ લેતાં સંસાર, સંતાન અને ઘરમાં રચ્યો પચ્યો પડ્યો છું), ધન મેળવવાના ખોટા ખેદને સહી રહેલો છું અને ગાંડપણ ભરેલા માનસવાળો છું, છતાં પણ "હે કૃષ્ણ ! હું તમારો છું," બીજાનો નથી.   ૬.

કૃષ્ણપથેતરધર્મરતોડપિ
સ્વસ્થિતિવિસ્મૃતિમહ્હૃદયોડપિ ।
દુર્જનદુર્વચનાદરણોડપિ ચ
"કૃષ્ણ તવાસ્મિ," ન ચાસ્મિ પરસ્ય ॥૭॥

આપ શ્રીકૃષ્ણના માર્ગ સિવાયના બીજા માર્ગમાં પ્રેમવાળો છું, મારી સ્થિતિની વિસ્મૃતિવાળા હૃદયવાળો છું, અને દુર્જનોનાં દુષ્ટ વચનોમાં આદરવાળો છું, છતાં "હે કૃષ્ણ ! હું તમારો છું," બીજાનો નથી.   ૭.

વલ્લભવંશજનુઃસબલોડપિ
સ્વપ્રભુપાદસરોજફલોડપિ ।
લૌકિકવૈદિકવાદખલોડપિ ચ
"કૃષ્ણ તવાસ્મિ, " ન ચાસ્મિ પરસ્ય ॥૮॥

શ્રીવલ્લભાચાર્યજીના વંશમાં જન્મ લેવાથી એ પ્રકારના બળવાળો છું, મારા પ્રભુના ચરણકમળરૂપી ફળવાળો છું, અને લૌકિક વૈદિક વાદોથી (ધર્મ પાઠ લેતાં ધર્મોથી) દુષ્ટ છું, છતાં પણ **"હે કૃષ્ણ ! હું તમારો છું, "** બીજાનો નથી.   ૮.

"પગ્યાક્ષરમહામન્ત્રગર્ભિતસ્તોત્ર" પાઠતઃ ।
શ્રીમદાચાર્યદાસાનાં તદીયત્વં ભવેદ્ ધ્રુવમ ॥૯॥

આ "પંચાક્ષર - મહામંત્ર - ગર્ભિત" સ્તોત્રનો પાઠ કરવાથી શ્રીમદ્વલ્લભાધીશ્વર શ્રીઆચાર્યજી મહાપ્રભુજીના સેવકોને ભગવદીયપણું અવશ્ય પ્રાપ્ત થશે.   ૯.

॥ ઇતિ શ્રીહરિદાસોક્તં પંચાક્ષરમન્ત્રગર્ભસ્તોત્રં સંપૂર્ણમ્ ॥

પ્રાર્થનાષ્ટકમ્

(ઉપયોગીત)

સ્વામિદવિનયમપનય, નય હૃદયે દાસદોષં મા ।
મામધૂના કરુણાકર કુરુ નિજસેવાપરં સઘ્ય: ॥૧॥

હે સ્વામી ! મારા અવિનયને દૂર કરો, આ દાસના દોષને આપ આપના હૃદયમાં ન લો. હે કરુણાના ભંડાર ! અત્યારે આપ મને જલ્દી આપની સેવામાં તત્પર બનાવી દો.   ૧.

દુર્જનજનિતોદ્વેગૈરહમધુના સર્વથા દૃયે ।
અસ્માકં પ્રતિબન્ધાહરણે શરણં ભવાનેવ ॥૨॥

દુર્જનોએ ઉત્પદ કરેલાં ઉદ્વેગજનક કાર્યોથી હમણાં હું દરેક રીતે દુ:ખી થઇ રહેલો છું. અમારા પ્રતિબંધોને ચારે બાજુથી હરી લેવામાં અમારું શરણ આપ જ છો.   ૨.

(અનુષ્ટુપ)

કો વેદ કેન દોષેણ પ્રભુઅસ્માનુપેક્ષસે ।
દાસા વયં ગમિષ્યામઃ કુત્ર દુર્જનપીડિતાઃ ॥૩॥

આપ પ્રભુ અમારા કયા દોષે કરી અમારા તરફ બેદરકાર થયા
છો ? કોણ જાણે, દુર્જનોથી પીડાયેલા અમે આપના દાસો કયાં
જઈશું ?   ૩.

વયં તુ દોષસંયુક્તાસ્ત્વયૈવાઙ્કિકૃતા હરે ।
અતો નો દોષસંબન્ધં મા વિચારય ચેતસિ ॥૪॥

અમો દોષથી ભરેલા હતા છતાં પણ આપે, હે હરિ ! અમોને
આપના કર્યા છે, આથી અમારા દોષનો સંબંધ આપના ચિત્તમાં
વિચારો નહિ.   ૪.

કથં ત્વદર્શનાભાવે સ્થાસ્યામઃ દુઃખિતાઃ પ્રભો ।
યદિ ત્વયા દયાપૂર્ણ પ્રત્યૂહો નોપનીયતે ॥૫॥

હે દયાથી ભરેલા પ્રભુ ! આપના વડે અમારું વિઘ્ન દૂર કરવામાં ન
આવે તો દુઃખી થયેલા એવા અમો આપનું દર્શન ન થતાં કેવી રીતે
જીવી શકીએ ?   ૫.

ત્વદર્શનમહાનન્દપ્રાપ્ત્યા પૂર્વમતિક્રમઃ ।
સોઢઃ કથં સહિષ્યામો દુર્બલા દુષ્ટપીડનમ્ ॥૬॥

દુષ્ટોએ અમારા ઉપર જુલ્મ કરેલા, પણ આપનાં દર્શનના મહા
આનંદની પ્રાપ્તિથી એ અમે સહી લીધેલો, પણ હવે (આપના

દર્શનના અભાવે) દુર્બળ એવા અમો દુષ્ટો તરફની પીડાનેકેવી
રીતે સહન કરી શકીશું ?   ૬.

સર્વજ્ઞ સર્વસામર્થ્ય સહ્યતે કેન હેતુના ।
દીનદુઃખં દુષ્ટજીવજનિતં પરમં પ્રભો ॥૭॥

હે સવજ્ઞ, હે સર્વ સામર્થ્યવાળા પ્રભુ ! દુષ્ટ જીવોએ ઉપજાવેલા,
આ દીન દાસના ભારે દુઃખને આપ કેમ નિભાવી લો છો ?   ૭.

હા નાથ હા વ્રજસ્વામિદનન્યમનુજાશ્રય ।
સદ્યઃ સમાપય હરે પ્રત્યૂહં નિજદર્શને ॥૮॥

હે નાથ, હે વ્રજસ્વામી, અનન્યાશ્રયવાળા મનુષ્યોના આશ્રયરુપ
હે હરિ ! આપનાં દર્શન થવામાં જે કાંઇ વિઘ્ન હોય તેને આપ
જલ્દી દૂર કરો.   ૮.

॥ ઇતિ શ્રીહરિદાસોક્તં પ્રાર્થનાષ્ટકં સંપૂર્ણમ્ ॥

સ્વપ્રભુવિજ્ઞપ્તિઃ

(અનુષ્ટુપ)

શ્રીવલ્લપદામ્ભોજં વિચિન્ત્ય સકલોત્તમમ્ ।
સ્વનાથસવિધે દુઃખં સ્વકીયં વિનિવેદયે ॥૧॥

સર્વથી ઉત્તમ એવું શ્રીમદ્વલ્લભાચાર્ય પ્રભુનું જે ચરણકમળ તેનું
ધ્યાન ધરીને મારા નાથની સમક્ષ મારું દુઃખ હું જાહેર કરું છું. ૧.

પુરા કૃપા મયિ કૃતા દોષવત્યપિ મત્પ્રભો ।
તતઃ કિમધિકં જાતં દોષજાતસમુદ્ભવાત્ ॥૨॥

હે મારા પ્રભુ ! પહેલાં મારામાં દોષો હતાં છતાંય આપે મારા
પર કૃપા કરી હતી, તો પછી હવે દોષોનો સમૂહ ઉત્પન્ન થયેલો
હોવાથી યે શુંવધું છે ?   ૨.

દોષા ઇવ હિ લક્ષ્યન્તે ત્વત્કૃપાયાં કૃપાનિધે ।
હેતવઃ સ્વીકૃતો યસ્માદતિદુષ્ટોઽપ્યજામિલઃ ॥૩॥

હે કૃપાના ભંડાર પ્રભુ ! આપ અમારા ઉપર જે કૃપા કરો છો તેમાં કારણરૂપે તો દોષો જણાય છે, કેમકે અતિ દુષ્ટ હતો છતાં પણ અજામિલને આપે આપનો કર્યો હતો. ૩.

કથં સદોષં સ્વીકુર્યાદિર્દોષાનન્દરૂપવાન્ ।
લોકેઽપિ પ્રભવો વસ્તુ સ્વીકુર્વન્તુ સદૈવ હિ ॥૪॥

નિર્દોષ અને આનંદાત્ક સ્વરૂપવાળા પ્રભુ દોષયુક્તનો સ્વીકાર કેવી રીતે કરે ? લૌકિકમાં પણ સ્વામીજનો સદ્વસ્તુનો જ સ્વીકાર કરેછે. ૪.

અહીકારે તુ સંબન્ધાત્સદોષત્વં ચ સંભવેત્ ।
અહીકૃત્ય સ્વબલતઃ સ્વત્વસંપાદને હરેઃ ॥૫॥
"પ્રક્ષાલના" દિતિ ન્યાયો બાધકત્વેન સંસ્ફુરેત્ ।
અસ્મદર્થં કથં કુર્યાદાત્માનં દોષસંશ્રિતમ્ ॥૬॥

દોષવાળાઓનો સ્વીકાર કરે તો તેથી દોષવાળાઓનો સંબંધ થવાથી પ્રભુને દોષો લાગી જાય. હરિને પોતાના બળ વડે સ્વીકાર કરી દોષિત જીવને પોતાનો કરી લેવામાં "કાદવમાં ખરડાઈ પછી એને ધોઈ નાખવા કરતાં કાદવથી દૂર જ રહેવું એ ઉત્તમ" એ કહેવત આડી આવીને ઉભી રહે, એટલે કે દોષિતોનો સ્વીકાર કરી એના સંબંધે પોતે દોષિત થવું, એના કરતાં એવા દોષિતોથી દૂર રહેવું જ સારું એમ લાગે અને તેથી અમારે ખાતર એ પ્રભુ પોતાને દોષિત કરવા શા માટે તૈયાર થાય ? ૫-૬.

એતાવાનાગ્રહઃ કો વા મદહીકરણે હરે :।
ત્વદામસમનામાભિધાનં હેતુરજામિલે ॥૭॥

હે પ્રભુ ! આપ મારો સ્વીકાર કરો એ વિષયમાં મારો આટલો બધો આગ્રહ કરવામાં આપનાં "નારાયણ" એ નામને મળતા પુત્રના "નારાયણ" નામને અજામિલે લીધું એ જ કારણ હતું.   ૭.

સંસારાસક્તાવિકલે મયિ કુત્ર તથાવિધમ્ ।
સાધનં, યેન ભગવાન્ દયયેત્કરુણાકર: ॥૮॥

સંસારમાં આસક્તિવાળા અને હૃદયના ઠેકાણા વિનાના મારામાં એવા પ્રકારનું યે સાધન કયાંથી હોય કે જેને લીધે કરુણાના ભંડાર પ્રભુ મારા ઉપર કૃપા કરે ?   ૮.

અઙ્ગીકૃત્ય સ્વાનુભવં પ્રદર્શ્ય દયયા સ્વત: ।
કથં ત્યજસિ મદાથ મમાચાર્યપદાશ્રિતમ્ ॥૯॥

પ્રથમ મારો સ્વીકાર કરીને અને કૃપાપૂર્વક આપની મેળે આપના સ્વરૂપનો અનુભવ કરાવીને હવે, હું શ્રીમદાચાર્ય ચરણોને શરણે આવી રહેલો હોવા છતાં પણ, હે મારા નાથ ! આપ મારો શા માટે ત્યાગ કરો છો ?   ૯.

દણ્ડેનાહં પ્રપદોડસ્મિ સ્વકીયન્નવિનિશ્ચયાત્ ।
કિન્તુ દૂયે દયાધીનં કાલવૈયર્થ્યચિન્તયા ॥૧૦॥

આપે મને આપનો કર્યો છે. એવું ચોક્કસ હોવાથી આપ મને દંડ કરશો તો પણ હું રાજી જ છું, આમ છતાં કાળ ફોગટ પસાર થાય છે એ વિચારે, (સમય ખોટો વેડફાય છે એ ચિન્તાથી) હે દયાને વશ થનાર પ્રભુ ! મને દુ:ખ થાય છે   ૧૦.

પુનઃ ક્ત્રેદશં જન્મ કવાચાર્યચરણાશ્રયઃ ।
કુતઃ સાધનસંપત્તિઃ સામગ્રી દુર્લભાભિલા ॥૧૧॥

હે પ્રભુ ! આવા પ્રકારનો ઉત્તમ અવતાર પણ ફરી કયાંથી આવે, શ્રી આચાર્યજી મહાપ્રભુનો આશરો પણ ફરી કયાં મળે, આ અત્યારે મળેલા સાધન અને મુશ્કેલીથી મળે તેવી આ બધી સામગ્રી પણ ફરી કયાંથી મળવાની ?   ૧૧.

દયાલો દીનસૌહાર્દ સ્વસેવાવિમુખં જનમ્ ।
સેવાયામેવ સતતં પ્રવર્તય પરાત્પર ॥૧૨॥

હે દયાળુ, હે ગરીબોની તરફ ભલમનસાઈવાળા, હે પરથી પર પ્રભુ ! આપની સેવામાં જેનું ચિત્ત નથી તેવા આ દાસજનને હંમેશાં આપની સેવામાં રચ્યો પચ્યો રહે એવું કરો.   ૧૨.

॥ ઇતિ શ્રીહરિદાસવિરચિતં સ્વપ્રભુવિજ્ઞપ્તિઃ સંપૂર્ણમ્ ॥

દ્વિતિય સ્વપ્રભુવિજ્ઞપ્તિઃ

(અનુષ્ટુપ)

કૃપાનાથ કૃપાકાલે કિમિત્યસ્માનુપેક્ષસે ।
પદલ્લહાનાર્તિમહાન્ દુષ્ટભહાન્ વિશેષતઃ ॥૧॥

હે કૃપાના સ્વામી ! સંસારની આર્તિમાં ડૂબેલા અને ખાસ કરીને દુષ્ટ તેમજ નષ્ટ હોવા છતાંયે અમે આપના ચરણકમળનો આશ્રય કરી રહ્યા છીએ, તો આ કૃપા કરવાના સમયે આપ શા માટે અમારી તરફ બેદરકાર રહો છો. ?   ૧.

ત્વદુપેક્ષાવશાદેવ કાલકર્માદયોડખિલાઃ .
વિદિત્વા નિર્બલાનસ્માન્ પીડયન્તિ ક્ષણે ક્ષણે ॥૨॥

આપની અમારા તરફની બેદરકારીને લીધે જ આ બધાં કાળ, કર્મ, સ્વભાવ વગેરે અમોને નિર્બળ જાણીને ક્ષણે ક્ષણે ત્રાસ આપી રહ્યાં છે.   ૨.

યેષાં વિરાજતે મૂર્ધ્નિ પતિર્યુષ્મદ્વિધઃ સદા ।
ભવન્તિ તેઽપિ ચેદ્દીના હીનતા ભવતિ પ્રભો ॥૩॥

જેઓના મસ્તક ઉપર સદાને માટે આપના જેવા સ્વામી બિરાજતા
હોય તેઓ પણ જો કંગાળ બની જાય તો, હે પ્રભુ ! એ મોટી
હીનતા ગણાય. ૩.

મા વિચારય ચિત્તેઽસ્મદ્દોષાન્ દીનદયાનિધે ।
સહજો દીનદોષસ્તુ નિવર્ત્યો ભવતૈવ હિ ॥૪॥

દીનજનો તરફ દયાના ભંડાર એવા હે પ્રભુ ! આપ આપના
ચિત્તમાં અમારા દોષોનો વિચાર ન કરો. અમારા જેવા દીનનો જો
કોઈ સહજ દોષ હોય તો એ આપે જ નક્કી દૂર કરવાનો છે. ૪.

ન સાધનૈસ્ત્વદીયાઃ સ્મઃ કિંત્વનુગ્રહતસ્તવ ।
સાધનં વા ફલં વાપિ કેવલાચાર્યસંશ્રયઃ ॥૫॥

અમે કાંઈ સાધનો કરીને આપના નથી થયા. અમે તો આપની
અમારા ઉપરની કૃપાથી આપના થયા છીએ. અમારી પાસે જો
કાંઈ સાધન કે જો કોઈ ફલ હોય તો એ માત્ર શ્રીમદ્વલ્લભાચાર્ય
પ્રભુને આશરે આવી રહ્યા છીએ એ જ છે. ૫.

ગૃહદાસેષુ નૈવાસ્તિ ગુણદોષવિચારણમ્ ।
પ્રભૂણામુચિતં કર્તું, યતસ્તેષાં ગતિઃ પ્રભુઃ ॥૬॥

ઘરના જે નોકરો હોય તેઓના ગુણ અને દોષોનો ઘરમાલિકો એ
વિચાર કરવો એ યોગ્ય નથી, કેમ કે એ નોકરોને તો એનો સ્વામી
એ જ આશરો છે. ૬.

કુસેવકા ભવન્ત્યેવ નહિ સ્વામી તથાવિધઃ ।
અતો વિધેયમખિલં સ્વામિત્વમવલોક્ય હિ ॥૭॥

નોકરો દૂષ્ટ પાકે, પણ કાંઇ સ્વામીથી એવા દૂષ્ટ ન બનાય. માટે આપે આપના સ્વામીપણાનો બરોબર વિચાર કરીને (આપના સ્વામીપણાની સામે જોઇને) બધું કરવાનું છે.   ૭.

કિં પ્રાર્થયેષુઃ કૃપણાઃ પતિ હિત્વાખિલેશ્વરમ્ ।
દાસાઃ સ્વદુઃખસંપ્રાપ્તાવનન્યગતયો યતઃ ॥૮॥

પોતાને દુઃખ આવી પડયાં હોય એવી સ્થિતિમાં પણ પ્રભુ સિવાય બીજા કોઇનો સેવકોને આશ્રય નથી, તો પછી એવા દીન સેવકો સર્વેશ્વર એવા આપ સિવાય બીજા કોની પાસે જઇ પ્રાર્થના કરે ?   ૮.

યદ્યપ્યનુચિતા કર્તું પ્રાર્થના સર્વકર્તરિ ।
સ્વતસ્તથાપિ કાર્પણ્યં દર્શયામો નિજં હરે ॥૯॥

સર્વના કર્તા પ્રભુજીને જીવે જાતે પ્રાર્થના કરવી એ યોગ્ય નથી, છતાં પણ , હે હરિ ! અમે તો અમારું કંગાલપણું બતાવી રહ્યા છીએ.   ૯.

આચાર્ય શરણં યાતાન્ સદારાતાન્ સ્વતસ્સ્વયા ।
તદ્ધંશજાતાનધુના મોપેક્ષાવિષયાન્ કુરુ ॥ ૧૦॥

આચાર્ય શ્રીમહાપ્રભુજીને શરણે ગયેલા અને આપનાથી જાતે હંમેશાને માટે રક્ષણ પામેલા, અને એ શ્રીમહાપ્રભુજીના

વંશમાં ઉત્પન્ન થયેલા એવા અમોને આપ બેદરકારા પાત્ર ન બનાવો.   ૧૦.

॥ ઇતિ શ્રીહરિદાસવિરચિતં દ્વિતિય સ્વપ્રભુવિજ્ઞપ્તિઃ સંપૂર્ણમ્ ॥

'વૈષ્ણવો, મર્યાદામાર્ગમાં પૂજાનો પ્રકાર શાસ્ત્રોના નિયમ પ્રમાણેનો છે. તે નિયમો મુજબ પૂજા કરનારને તેનું ફળ મળે છે, પણ પુષ્ટિમાર્ગનો સેવા પ્રકાર પ્રેમનો પ્રકાર છે. તેમાં નિયમોનું મહત્વ નથી. સેવા કરનારો આચાર, તેની ક્રિયા, તેની પાસેનું દ્રવ્ય , સાધન સામગ્રી વગેરેથી શ્રી ઠાકોરજી કદી પ્રસન્ન થતા નથી. શ્રીઠાકોરજી પાસે આ બધું છે જ. જીવ શ્રીઠાકોરજીને શું આપી શકે ? શ્રીઠાકારજી તો કેવળ સેવકના શુદ્ધ પ્રેમથી પ્રસન્ન થાય છે.

શ્રી દૈન્યાષ્ટકમ્

(અનુષ્ટુપ)

શ્રીકૃષ્ણ ગોકુલાધીશ નંદગોપતનૂસૂભવ ।
યશોદાગર્ભસમ્ભૂત મયિ દીને કૃપાં કરુ ॥૧॥

હે શ્રીકૃષ્ણ ! હે ગોકુલના પતિ, નંદરાયજીના પુત્ર, શ્રી યશોદાજીના ગર્ભમાં ઉત્પદ થયેલા પ્રભુ ! દીન એવા મારા પર કૃપા કરો. ૧.

વ્રજાનન્દ વ્રજવાસ વ્રજસ્ત્રીહૃદયસ્થિત ।
વ્રજલીલાકૃતે નિત્યં મયિ દીને કૃપાં કુરુ ॥૨॥

હે વ્રજને આનંદરૂપ ! હે વ્રજમાં રહેનારાં ! હે વ્રજાંગનાઓના હૃદયમાં રહેનાર અને હે વ્રજની લીલાઓ કરનારા ! હંમેશા દીન એવા મારા પર કૃપા કરો.   ૨.

શ્રી ભાગવતભાવાર્થ રસાત્મન્ રસિકાત્મક ।
નામલીલાવિલાસાર્થ મયિ દીને કૃપાં કુરુ ॥૩॥

શ્રીમદ્ભાગવતજીના ભાવાર્થરૂપ રહેલો જે રસ, તે રસ સ્વરૂપ ! હે રસિકોના આત્મા ! નામલીલાના વિલાસને માટે દીન એવા મારા પર કૃપા કરો.   ૩.

યશોદા હૃદયાનંદ વિહિતાંકણરિંઠૃણ ।
અલકાવૃતવફ્ત્રાબ્જ મયિ દીને કૃપાં કરૂ ॥૪॥

હે યશોદાજીના હૃદયને આનંદ આપનાર ! હે યશોદાજીના આંગણામાં ઘૂંટણીયે ચાલતા અને વાંકડીયા કેશથી ઘેરાયેલા મુખકમળવાળા પ્રભુ ! દીન એવા મારા પર કૃપા કરો.   ૪.

વિરહાર્તિવ્રતસ્થાત્મન્ ગુણગાન શ્રુતિપ્રિય ।
મહાદૈન્યદયોદ્ભૂત મયિ દીને કૃપાં કુરૂ ॥૫॥

હે વિરહની આર્તિના વ્રતમાં સ્થિતિ કરેલા આત્માવાળા ! હે ગુણગાન સાંભળવાનું પસંદ કરનાર અને હે મોટી દીનતાથી ઉપજેલી કૃપાવાળા ! દીન એવા મારા પર કૃપા કરો   ૫.

અત્યાસકત જનાસકત પરોક્ષભજનપ્રિય ।
પરમાનંદસંદોહ મયિ દીને કૃપાં કુરૂ ॥૬॥

હે આપનામાં અતિ આસકિતવાળા જનોમાં આસકિતવાળા ! પરોક્ષ રીતે કરાતા ભજનથી ખુશ થતા અને પરમાનંદના સમુહરૂપ પ્રભુ ! દીન એવા મારા પર કૃપા કરો   ૬.

નિરોધશુદ્ધહૃદય દાયિતા ગીત મોહિત ।
આત્યન્તિકવિયોગાત્મન્મયિ દીને કૃપા કુરૂ ॥૭॥

હે નિરોધથી શુદ્ધ હૃદયવાળા, હે વહાલીયોના ગીતથી મુગ્ધ થયેલા અને આત્યંતિક વિયોગસ્વરૂપ પ્રભુ ! દીન એવા મારા પર કૃપા કરો. ૭.

સ્વાચાર્યહૃદય - સ્થાયિલીલાશતયુકત પ્રભો ।
સર્વથા શરણં યાતે મયિ દીને કૃપાં કુરુ ॥૮॥

આપના આચાર્યજીના હૃદયમાં રહેલી સેંકડો લીલાઓથી યુકત હે પ્રભુ ! દરેક રીતે આપને શરણે આવી રહેલો એવા આ દીન પર કૃપા કરો ૮.

॥ ઇતિ શ્રીહરિદાસોકતં શ્રીદૈન્યાષ્ટકમ્ સંપૂર્ણમ્ ॥

શ્રીસ્વામિની પ્રાર્થનાષ્ટકમ્

(ઉપજાતિ)

વિભાવયન્ત્યાઃ પ્રિયરૂપમન્તઃ
સંતોપ્રફુલ્લાનનલોચનાયાઃ ।
લીલાસમારોપિતચેતસઃ સ્યાં
કદા તવાહં પદપાંશુજન્મા ॥૧॥

હૃદયમાં પ્રિય શ્રીકૃષ્ણચંદ્રજીના સ્વરૂપની જ ભાવના કરતાં, સંતોષથી પ્રફુલ્લ મુખ અને લોચનવાળાં અને લીલામાં આરોપિત ચિત્તવાળાં આપ શ્રીસ્વામિનીજીનો હું ક્યારે ચરણરજ - સેવક થાઉ ? ૧.

રસાલપત્રે શતપત્રપત્રે
પ્રિયં લિખન્ત્યા મૃગનાભિના રહઃ ।
આયાતનીરાકુલહૃદ્દૃદશઃ સ્યાં
કદા તવાહં પદપાંશુજન્મા ॥૨॥

આંબાના પાંદડામાં અને કમળના પાંદડામાં કસ્તુરી વડે એકાંતે પ્રિય શ્રીકૃષ્ણચંદ્રજીનું સ્વરૂપ આલેખતાં અને પ્રિયના વિરહથી હૃદય વ્યાકુળ થવાથી આંસુ આવી ગયાં છે તેવાં નેત્રવાળાં આપ શ્રીસ્વામિનીજીનો હું ક્યારે ચરણરજ-સેવક થાઉ ?   ૨.

વિધાય શય્યાદિકમચ્છપુષ્પૈ-
હૃદશ્રુનેત્રૈર્નિજનાથમાર્ગમ્ ।
સ્યાં સર્વભાવૈરવલોક્યન્ત્યા:
કદા તવાહં પદપાંશુજન્મા ॥૩॥

સુંદર પુષ્પોથી શય્યા વગેરે તૈયાર કરી હૃદયથી અને આંસુવાળાં નેત્રથી સર્વભાવે શ્રીકૃષ્ણચંદ્રજીના માર્ગને નિહાળતાં એવાં આપ શ્રીસ્વામિનીજીનો હું ક્યારે ચરણ રજ - સેવક થાઉ...?   ૩.

ગુણૈર્યુતાયા: સ્વવપુ:સમાશ્રિતૈ-
ર્બોદ્ધું વ્રજાશીશ્વરમાત્મવશ્યમ્ ।
સ્યાં રાધિકાયા: સકલાધિકાયા:
કદા તવાહં પદપાંશુજન્મા ॥૪॥

"શ્રીવ્રજાધીશ્વર આપને વશ છે" એ જાણવાને માટે આપના દેહમાં રહેલા ગુણોથી યુક્ત એવાં અને બીજા સર્વથી અધિક એવાં આપ શ્રીરાધિકાજીનો હું ક્યારે ચરણરજ સેવક થાઉ ?   ૪.

સખીસદાસેવિતપાદપદ્મ-
લસદખાગ્રેણ ભુવં લિખન્ત્યા: ।
વિયોગભાવૈકગતાત્મન: સ્યાં
કદા તવાહં પદપાંશુજન્મા ॥૫॥

સખીઓ વડે હંમેશા જેમની પરિચર્યા કરવામાં આવી છે તેવાં શોભતા ચરણકમળના નખના અગ્ર વડે કરીને પૃથ્વી ખણતાં, જેમનો આત્મા કેવળ વિપ્રયોગના ભાવમાં મગ્ન થયો છે તેવાં, આપ શ્રીસ્વામિનીજીનો હું કયારે ચરણરજ-સેવક થાઉ ?   ૫.

પ્રયિક્ષણપ્રાપ્તિસદાર્તચેતઃ-
સ્વપ્રાણનાથોદયજાતતદ્વ્રતે ।
ગુણાનુવાદં સતતં રટન્ત્યાઃ
કદા તવાહં પદપાંશુજન્મા ॥૬॥

પ્રતિક્ષણે પ્રભુની પ્રાપ્તિ માટે સદૈવ આર્ત ચિત્તવાળાં, પોતાના પ્રાણનાથ પ્રગટ થાય એવા પ્રકારનાં વ્રતવાળાં અને સતત પ્રભુના ગુણગાનનું રટણ કરતાં આપ શ્રીસ્વામિનીજીનો હું કયારે ચરણરજ – સેવક થાઉ ?   ૬.

સ્વાધીનગોપીજનવલ્લભાયા
નિઃસાધનાનુગ્રહ કારણાયાઃ ।
સ્વદ્વારસંપ્રાપિતમત્પ્રભોઃ સ્યાં
કદા તવાહં પદપાંશુજન્મા ॥૭॥

ગોપીજનવલ્લભ પ્રભુ શ્રીકૃષ્ણચંદ્રજી જેને સ્વાધીન છે, વળી જેઓ નિઃસાધન ભકતો ઉપર કૃપા કરાવવામાં કારણરુપે રહેલાં છે અને જેમણે પોતાના ઉપર મારા પ્રભુને ખડા કરાવી દીધા છે. તેવાં આપ શ્રીસ્વામિનીજીનો હું કયારે ચરણરજ – સેવક થાઉ ?   ૭.

(શિખરણી)

ઇતિ શ્રીમત્સ્વામિન્યતિશયિતદીને મયિ પરં
પરાધીને પીનેડખિલભજનદૌષૈરપિ સદા ।
કૃપા કાર્યા ધાર્યા હૃદિ ચ મમ ચિત્તં મુરરિપૌ
પ્રિયસ્વાચાર્યાણાં ચરણશરણોડહં હરિરતિઃ ॥૮॥

હે શ્રીસ્વામિનીજી ! મારું ચિત્ત શ્રીમુરારિમાં રહ્યું છે અને આપના કૃપાપાત્ર શ્રીવલ્લભાચાર્યજીના ચરણમાં હું હરિરાય શરણવાળો છું, એ જોઈ, અત્યંત દીન, વળી ખૂબ પરાધીન અને હંમેશા ભજન - વિષયક સર્વ દોષોથી ભરપૂર છું છતાં પણ એવા મારા પર આપે કૃપા કરવી અને એ કૃપાને આપે આપના હૃદયમાં સદા સ્થાન આપવું. ૮.

॥ ઇતિ શ્રીહરિદાસોદિતં શ્રીસ્વામિનીપ્રાર્થનાષ્ટકં સંપૂર્ણમ્ ॥

શ્રીવલ્લભશરણાષ્ટકમ્

(અનુષ્ટુપ)

નિઃસાધન જનોદ્ધાર કરણ પ્રકટીકૃતઃ ।
ગોકુલેશસ્વરૂપઃ શ્રીવલ્લભઃ શરણં મમ ॥૧॥

નિઃસાધન જનોનો ઉદ્ધાર કરવા માટે પ્રભુએ પ્રગટ કરેલાં
(વસ્તુતઃ) શ્રીગોકુલેશ-શ્રીવલ્લભ (શ્રીમહાપ્રભુજી) મારો આશ્રય
છે.   ૧.

ભજનાનન્દદાનાર્થ પુષ્ટિમાર્ગપ્રકાશકઃ ।
કરુણાવરણીયઃ શ્રીવલ્લભઃ શરણં મમ ॥૨॥

(ભકતોને) ભજનના આનંદનું દાન કરવા સારુ (રસાત્મક)
પોષણ-અનુગ્રહ-માર્ગનો પ્રકાશ કરનાર, કરુણાથી વરી શકાય
તેવા શ્રીમહાપ્રભુજી મારો આશ્રય છે.   ૨.

સ્વામિનીભાવસંયુકત ભગદ્ભાવભાવિત: ।
અત્યલૌકિકમૂર્તિ: શ્રીવલ્લભ: શરણં મમ ॥૩॥

શ્રી સ્વામિનીજીના ભાવથી યુકત એવા ભગવદ્ભાવથી ભાવયુકત, અતિ અલૌકિક સ્વરૂપવાળા શ્રીમહાપ્રભુજી મારો આશ્રય છે. ૩.

શ્રીકૃષ્ણવદનાન્દો વિયોગાનલમૂર્તિમાન્ ।
ભક્તિમાર્ગબ્ધિજભાનુ: શ્રીવલ્લભ: શરણં મમ ॥૪॥

શ્રી સદાનંદ પ્રભુના મુખારવિંદરૂપે આનંદરૂપ, મૂર્તિમાન વિયોગરૂપ અગ્નિ, ભક્તિમાર્ગરૂપી કમલને પ્રફુલ્લિત કરવામાં ભાનું – સૂર્યરૂપ શ્રીમહાપ્રભુજી મારો આશ્રય છે. ૪.

રાસલીલારસભર – સમાક્રાન્તાખિલાઢ્ભૂત્ ।
ભાવરૂપખિલાઢ શ્રીવલ્લભ: શરણં મમ ॥૫॥

રાસલીલાના રસભારથી સર્વ દેહધારીઓને સારી રીતે રસબસ કરનારા, ભાવાત્મક સર્વ અંગવાળા શ્રીમહાપ્રભુજી મારો આશ્રય છે. ૫.

શ્રીભાગવત ભાવાર્થા વિર્ભાવાર્થા વતારિત: ।
સ્વામિસંતોષહેતુ: શ્રીવલ્લભ: શરણં મમ્ ॥૬॥

શ્રી ભાગવતના ભાવાર્થને પ્રગટ કરવા સારુ પૃથ્વીમાં જેમને અવતાર લેવડાવ્યો છે તેવા અને સ્વામી શ્રીકૃષ્ણચંદ્રના સંતોષના કારણરૂપ શ્રીમહાપ્રભુજી મારો આશ્રય છે. ૬.

વલ્લવીવલ્લભાન્તઃ સ્થલીલાનુભવ વલ્લભઃ ।
અન્યાસ્ફુરણરૂપઃ શ્રીવલ્લભઃ શરણં મમ ॥૭॥

ગોપાંગનાના વલ્લભ શ્રીકૃષ્ણચંદ્રના અંતઃકરણમાં રહેલ લીલાનો અનુભવ જેને વ્હાલો છે અને આથી અન્ય વાર્તા જે સ્ફુરવા પણ દેતા નથી તેવા શ્રીમહાપ્રભુજી મારો આશ્રય છે.   ૭.

જિતામ્ભાજ પદામ્ભોજ વિભૂષિત વસુંધરઃ ।
સદા ગોવર્ધનસ્થઃ શ્રીવલ્લભઃ શરણં મમ ॥૮॥

કમલને પોતાની સુષુમાંથી જિતનારાં ચરણકમલોથી પૃથ્વીને વિભૂષિત કરનાર, સદા શ્રીગિરીરાજમાં બિરાજમાન શ્રીમહાપ્રભુજી મારો આશ્રય છે.   ૮.

અનન્યસ્તન્મના નિત્યં પઠેદ્યઃ શરણાષ્ટકમ્ ।
સ લભેત્ સાધનાભાવયુક્તોડપ્યેતત્પદાશ્રયમ્ ॥૯॥

પ્રભુ સિવાય અન્ય જેને આલંબન નથી તેવો જીવ પ્રભુમાં તદાકર મનવાળો થઈને આ "શ્રીવલ્લભશરણાષ્ટક" નો પાઠ કરે, તે નિઃસાધન હોય તો પણ આ શ્રીમહાપ્રભુજીના ચરણકમળના દૃઢાશ્રયને પ્રાપ્ત થાય છે.   ૯.

॥ ઇતિ શ્રીહરિદાસવિરચિતં શ્રીવલ્લભશરણાષ્ટકં સંપૂર્ણમ્ ॥

સ્વમાર્ગ સર્વસ્વમ્

(અનુષ્ટુપ)

“નાન્યાધીનત્વમૈશ્વર્યા” દિતિ શ્રી પ્રભુવાક્યતઃ ।
“ભકતાનાં દૈન્યમેવૈક” મિત્યાચાર્યવચોડમૃતાત્ ॥૧॥
દીનતૈવ હરેરાર્યા તત્સંતોષે હિ કારણામ્ ॥૧½॥

“પ્રભુના ઐશ્વર્યનો વિચાર કરવામાં આવે તો એ કોઇને આધીન ન જ થાય’’ એવા શ્રીપ્રભુચરણના વાકયથી અને “ભકતોને દૈન્ય જ એક સાધન છે” એવા શ્રીઆચાર્યચરણના વચનામૃતથી આર્તિભાવથી દીનતા જ રાખવી, એ શ્રી હરિના સંતોષના કારણરૂપ થાય છે, (તાત્પર્ય કે દીનતાથી જ પ્રભુ રાજિ થાય છે.)   ૧½.

સા નિત્યસેવનાદિત્યસત્સહેન કથાશ્રુતેઃ ॥૨॥
નિઃસાધનૈકલભ્યત્વમવગત્ય હરેસ્તથા ।
સાધનાનાં ચ વૈફલ્યં તદ્બોધાર્થ હિ તત્કૃતિઃ ॥૩॥

એ દીનતા નિત્ય પ્રભુસેવનથી સત્સંગથી, અને કથાશ્રવણથી થાય છે, તેમ શ્રીહરિ નિઃસાધનપણાથી જ માત્ર લભ્ય છે એમ જાણીને આથી સાધનોનું નિષ્ફલપણું છે એ જણાવવા સારુ દીનતા કરવી જરૂરી છે.   ૨-૩.

ન સાધકત્વે તેષાં હિ સર્વેયામિતિનિશ્ચિયાત્ ।
કથં પ્રભુસ્તુ પ્રાપ્તવ્ય ઇતિ ચિન્તોદયાદ્ધદિ ॥૪॥
અનાવિર્ભવિતશ્ચાપિ સાધનેષુ કૃતેષ્વપિ ।
ઉદેતિ દનિતા ચિત્તે, તદાવિર્ભવતિ ક્ષણાત્ ॥૫॥
કૃપાલુરમિતાનન્દઃ સ્વદુઃખાસહનઃ પ્રભુ ॥૫½॥

એ સર્વ સાધનો પ્રભુને સિદ્ધ કરી શકતા નથી, આમ નિશ્ચય થતાં પ્રભુને શી રીતે પ્રાપ્ત કરવા ? એમ હૃદયમાં ચિંતા ઉત્પદ થવાથી અને સાધનો કર્યા છતાં પ્રભુ પ્રગટ નથી થયા આમ વિચાર કરવાથી ભકતના ચિત્તમાં દીનતા ઉદય પામે છે, એ જ ક્ષણે કૃપાલુ, પૂર્ણાનંદ, પોતાના ભકતોના દુઃખને ન સહી શકનાર પ્રભુ પ્રગટ થાય છે.   ૪-૫½.

નિઃસાધનત્વસિદ્ધયર્થ઼ં માર્ગે મુખ્યં સમર્પણમ્ ॥૬॥
કૈંકર્યે સર્વથા સિદ્ધે કુતઃ સાધનસંભવઃ ॥
આશ્રયોડપિ તદર્થં હિ પ્રોકતો માર્ગે વિશેષતઃ ॥૭॥

નિઃસાધનપણાની સિદ્ધિ માટે આ માર્ગમાં મુખ્ય સમર્પણ-આત્માદિનું નિવેદન કરવામાં આવે છે. (તાત્પર્ય કે પોતાની પાસે કાંઈ હોય તો સાધનપણાનું અભિમાન આવે, પણ જ્યારે કાંઈ પણ નથી એવું ભાન થયું કે નિઃસાધનપણું સિદ્ધ થાય છે.) તેમ

"સર્વ રીતે હું તો પ્રભુનો કિંકર દાસ છું" આમ જ્યાં ભાવ સિદ્ધ થાય ત્યાં સાધનનો સંભવ કયાંથી રહે ? એ માટે આ માર્ગમાં વિશેષ કરી આશ્રય પણ કહેવામાં આવેલ છે. ૬-૭.

અતઃ કૃષ્ણાશ્રયસ્તોત્રે સર્વસાધનવારણામ્ ।
સામર્થ્ય હેતુત્વેનોક્તમુદ્ધરણે પ્રભોઃ ॥૮॥

માટે જ શ્રી મહાપ્રભુજીએ "કૃષ્ણાશ્રયસ્તોત્ર" માં મ્લેચ્છાક્રાન્તેષુ દેશેષુ વગેરે પદ્યોથી સાધનોનું વારણ કહ્યું છે, (તાત્પર્ય કે એ બધાં સાધન કલિકાળના આગમનથી નષ્ટપ્રાય થઈ ગયાં છે એમ કહ્યું છે.) અને આવા નિઃસાધન જીવના ઉદ્ધારમાં પ્રભુનું સામર્થ્ય જ કારણરૂપ છે. એમ કહ્યું છે. ૮.

તસ્માદુદ્ધારકાચાર્યાશ્રિતો ભક્તિયુતો જનઃ ।
વૈફલ્યં સાધનાનાં ચ જ્ઞાત્વા સ્વાશક્યતામપિ ॥૯॥
સ્વદોષાન્ પ્રભુસામર્થ્યં, સતતં સ્ફૂર્તિસંયુતઃ ।
વિધાયાશાં ચાતકવદન્યાશાવર્જનેન ચ ॥૧૦॥
તિષ્ઠગ્શરણમાર્ગસ્થઃ સર્વથા દૈન્યમાપ્નુયાત્ ।
ફલાત્મકં સાધનં તુ પ્રભુદં સમવાપ્યતે ॥૧૧॥

તેથી જીવનો ઉદ્ધાર કરનાર શ્રીઆચાર્યચરણોનો આશ્રિત ભક્તિમાન જન સાધનોની નિષ્ફળતા અને પોતાની પણ અશક્યતા, પોતાના દોષ અને પ્રભુનું સામર્થ્ય જાણીને આ બંનેનીહંમેશા સ્ફૂર્તિથી યુક્ત, બપૈયાની માફક અન્યની આશા છોડીને એક ભગવાનની આશા રાખીને રહે તો શરણમાર્ગમાં રહેલો ભક્ત સર્વ રીતે દીનતા પ્રાપ્ત કરે છે. ફલાત્મક સાધન તો પ્રભુ આપે ત્યારે જ પ્રાપ્ત કરી શકાય છે. ૯-૧૦-૧૧.

એવં સ્વમાર્ગસર્વસ્વં વિજ્ઞેયં ભાગ્યરાશિભિઃ ।
સ્થેયં તદુપયુક્તેષુ સ્વધર્મેષ્વિતિ નિશ્ચયઃ ॥૧૨॥

ભાગ્યવાન ભગવદીયોએ આ પ્રમાણે પોતાના માર્ગનું સર્વસ્વ જાણવું અને એ ભગવાન્માર્ગમાં ઉપયોગી પોતાના ધર્મોમાં સ્થિરતા કરવી, એવો અમારો નિશ્ચય છે.   ૧૨.

॥ ઇતિ શ્રીહરિદાસવિરચિતં સ્વમાર્ગસર્વસ્વં સંપૂર્ણમ્ ॥

દૈન્યાષ્ટકમ્

વૃન્દાવનરજોયુક્તં યમુનાજલપહ્વિલમ્ ।
કદા પદતલં મૂર્ધ્નિ શ્રીમદ્વલ્લભ ધાસ્યસિ ॥૧॥

હે શ્રીમહાપ્રભુ ! શ્રીવૃંદાવનની રજથી યુક્ત, શ્રીયમુનાજીના જલની માટીવાળું આપનું ચરણતલ મારા મસ્તક ઉપર આપ ક્યારે પધરાવશો ?   ૧.

સરાગસાર્દ્રહૃદયે સર્વદાપરિભાવિતમ્ ।
કદા પદતલં મૂર્ધ્નિ શ્રીમદ્વલ્લભ ધાસ્યસિ ॥૨॥

હે શ્રીમહાપ્રભુ ! પ્રેમ-સહિત ભીના હૃદયમાં સર્વદા (સેવકોએ) વિચારેલું આપનું ચરણતલ મારા મસ્તક પર આપ ક્યારે પધરાવશો ?   ૨.

**નિજાવનેજનજલામૃતસંજીવિતાશ્રિતમ્ ।
કદા પદતલં મૂર્ધ્નિ શ્રીમદ્વલ્લભ ઘાસ્યસિ ॥૩॥**

હે શ્રીમદ્વલ્લભ ! પોતાના પ્રક્ષાલનના જલરૂપી અમૃતથી
આશ્રિતોને સારી રીતે જીવનદાન કરનાર આપના ચરણતલને
મારા મસ્તક ઉપર આપ ક્યારે પધરાવશો ?   ૩.

**કૃતપુણ્યચયૈઃ પ્રાપ્તં સર્વદા પરિસેવિતમ્ ।
કદા પદતલં મૂર્ધ્નિ શ્રીમદ્વલ્લભ ઘાસ્યસિ ॥૪॥**

હે શ્રીવલ્લભાધીશ ! પુણ્યના ગંજને કરનાર સેવકોએ પ્રાપ્ત કરેલા
અને સર્વદા સેવેલા આપના ચરણતલ મારા મસ્તક ઉપર ક્યારે
પધરાવશો ?   ૪.

**સભક્તિપંચસંખ્યાક પુમર્થા઼ઙ્ગુલિસંયુકતમ્ ।
કદા પદતલં મૂર્ધ્નિ શ્રીમદ્વલ્લભ ઘાસ્યસિ ॥૫॥**

હે શ્રીવલ્લભાધીશ ! ભક્તિસહિત ધર્મ અર્થ કામ અને મોક્ષ આ
પાંચ પુરુષાર્થરૂપી આંગળીઓથી યુકત આપના ચરણતલ મારા
મસ્તક ઉપર આપ ક્યારે પધરાવશો ?   ૫.

**સ્વભક્તિરાગસંદોહસતતસ્થિતિરંજનમ્ ।
કદા પદતલં મૂર્ધ્નિ શ્રીમદ્વલ્લભ ઘાસ્યસિ ॥૬॥**

હે શ્રી વલ્લભાધીશ ! પોતાની ભક્તિરૂપી રાગ-લાલરંગના
સમૂહથી હંમેશા સ્થિતિના - નિવાસના સ્થલને રંજન કરનારું
આપનું પદતલ મારા મસ્તક ઉપર ક્યારે પધરાવશો ?   ૬.

નખચન્દ્રપ્રકાશેન સ્વતઃ સ્વીયપ્રકાશનમ્ ।
કદા પદતલં મૂર્ધ્નિ શ્રીમદ્વલ્લભ ઘાસ્યસિ ॥૭॥

હે શ્રી વલ્લભાધીશ ! નખ - ચંદ્રના પ્રકાશથી પોતાનીમેળે પોતાનાઓનો પ્રકાશ કરનાર આપના ચરણતલને મારા મસ્તક ઉપર ક્યારે પધરાવશો ? ૭.

પુષ્ટિકલ્પદ્રુમાત્મત્વં મૂલવદ્ ભુવિ સંગતમ્ ।
કદા પદતલં મૂર્ધ્નિ શ્રીમદ્વલ્લભ ઘાસ્યસિ ॥૮॥

હે શ્રીમદ્વલ્લભપ્રભો ! પુષ્ટિમાર્ગરુપી કલ્વૃક્ષનું સ્વરૂપ મૂલની માફક જે પૃથ્વી ઉપર પ્રાપ્ત થયું છે તેવું આપનું ચરણતલ મારા મસ્તક ઉપર ક્યારે પધરાવશો ? ૮.

॥ ઇતિ શ્રીહરિદાસોક્તં દૈન્યાષ્ટકં સંપૂર્ણમ્ ॥

હાહાદૈન્યાષ્ટકમ્

(અનુષ્ટુપ)

હાહા શ્રીવલ્લભાધીશ હાહા કૃષ્ણમુખાંબુજ ।
હાહા વિયોગભાવાગ્ને દેહિ મે નિજદર્શનમ્ ॥૧॥

(અહિં હાહા શબ્દ વિયોગ સહી ન શકવાથી ખેદ પ્રદર્શક છે)
હે વલ્લભાધીશ ! હે શ્રી કૃષ્ણચન્દ્રના મુખારવિન્દ સ્વરૂપ હે
વિયોગના ભાવથી અગ્નિસ્વરૂપ ! મને આપનું દર્શન આપો. ૧.

હાહા વિશાલનયન હાહા ફુલ્લતમાનન ।
હાહા નાસિકાશોભા દેહિ મે નિજદર્શનમ્ ॥૨॥

હે વિશાલ નેત્રવાળા ! હે પ્રફલ્લિત મુખારવિન્દવાળા ! હે સુન્દર
નાસિકાની શોભાવાળા શ્રીમહાપ્રભુજી ! મને આપનું દર્શન
આપો.   ૨.

હાહ અલકાવૃતમુખ હાહ મિતિસુધાઘર ।
હાહતિરમ્યચિબુક દેહિ મે નિજદર્શનમ્ ॥૩॥

હે કેશથી આવૃત મુખવાળા ! હે અમિત સુધા જેના અધરમાં છે એવા ! હે અતિ સુંદર ચિબુક-દાઢીવાળા શ્રીમહાપ્રભુજી ! મને આપનું દર્શન આપો.   ૩.

હાહા નિજજનાધાર હાહા દીનજનાશ્રય ।
હાહા દયાર્દ્રહૃદય દેહિ મે નિજદર્શનમ્ ॥૪॥

હે નિજ જનના આધાર ! હે દીનજનોના આશ્રયદાતા ! હે દયાથી પીગળેલા હૃદયવાળા શ્રીમહાપ્રભુજી મને આપનું દર્શન આપો.   ૪.

હાહા સ્વકીયસર્વસ્વ હાહા નિર્ધનમનોધન ।
હાહાતિમૃદુલસ્વાન્ત દેહિ મે નિજદર્શનમ્ ॥૫॥

હે સ્વકીય ભક્તોના સર્વસ્વરૂપ ! હે નિર્ધન જનોના મનના ધનરૂપ ! હે અતિ કોમલ અંત:કરણવાળા શ્રીમહાપ્રભુજી મને આપનું દર્શન આપો.   ૫.

હાહ કૃતસ્વકીયાર્તે હાહા ભવાર્તિદાયક ।
હાહ હૃદય ભાવજ્ઞ દેહિ મે નિજદર્શનમ્ ॥૬॥

હે સ્વકીયોને આર્તિનું દાન કરનાર ! હે ભાવરૂપી આર્તિ આપનાર ! હે હૃદયના ભાવને જાણનાર શ્રી મહાપ્રભુજી ! મને આપનું દર્શન આપો.   ૬.

હાહા નિજ જન પ્રાણ નિજ જનાવૃત ।
હાહા પુષ્ટિપથાચાર્ય દેહિ મે નિજદર્શનમ્ ॥૭॥

હે સ્વકીયજનોનાના પ્રાણ ! હે સ્વકીયજનોથી ઘેરાયેલા ! હે પુષ્ટિ- અનુગ્રહ માર્ગના આચાર્ય શ્રી મહાપ્રભુજી ! મને આપનું દર્શન આપો.   ૭.

**હાહા વિજિતકન્દર્પ હાહા સ્વાનંદતુન્દિલ ।
હાહા હરિવિહારાત્મન્ દેહિ મે નિજદર્શનમ્ ॥૮॥**

હે કામદેવને જીતનાર ! હે પોતાના આનંદથી ભરપુર ! હે શ્રી હરિના વિહારસ્વરૂપ મહાપ્રભુજી ! મને આપનું દર્શન આપો.૮.

॥ ઇતિ શ્રીહરિદાસોકતં હાહા દૈન્યાષ્ટક સંપૂર્ણમ્ ॥

વિનતી-દીનતા-આશ્રય

પદ-૧ (રાગ : બિહાગ)

ગાયો ન ગપોલ મન લાયો ન નિવાર લાજ,
પાયો ન પ્રસાદ સાધુ મંડલી મે જાયકે ।

ધાયો ન ધમક વૃંદાવિપિનકી કુંજનમે,
રહ્યો ન શરણ જાય શ્રીવિઠ્ઠલેશરાયકે ॥૧॥

શ્રીનાથજી કો દે ખકે છકયો ન છબિલી છબિ પર,
સિંઘ પોર પર્યો નાહીં સીસહૂ નવાયકેં ।

કહેં હરિદાસ તોહિ લાજહૂં ન આઇ કછુ,
માનસ જન્મ પાયો કમાયો કહા આયકેં ॥૨॥

પદ-૨ (રાગ : બિહાગ)

આસરો એક દઢ શ્રીવલ્લભાધીશકો ।
માનસી રીતકી મુખ્ય સેવા વ્યસન,
લૌકવૈદિક ત્યાગ શરણ ગોપીશકો ॥૧॥

દીનતા ભાવ ઉદ્બોધ ગુણગાનસો,
ઘોષ ત્રિયભાવના ઉભય જાને ।
કૃષ્ણનામ સ્ફુરે પલ ન આજ્ઞા ટરેં,
કૃતિ વચન બિશ્વાસ મનચિત આને ॥૨॥

ભગવદીય જાન સતસંગકો અનુસરે,
ના દેખે દોષ ઔર સત્ય ભાખેં ।
પુષ્ટિરથ મરમ દસ ઘરમ યહ વિધિ કહે,
સદાચિત્તમેં શ્રીદ્વારકેશ રાખેં ॥૩॥

પદ-૩ (રાગ : બિહાગ)

શ્રીવિઠ્ઠલજૂકે ચરણકમલ પર સદા રહે મન મેરો ।
સીતલ સુભગ સદા સુખદાયક ભવસાગરકો બેરો ॥૧॥

રસના રટત રહૌં નિસબાસર પ્રભુ પાવન યશ તેરો ।
સગુણદાસ ઇતની માંગત હૌં ભૃત્ય ભૃત્ય કો ચેરો ॥૨॥

પદ-૪ (રાગ : બિહાગ)

શ્રી વલ્લભ ભલે બુરે તોઉ તેરે ।
તુમહીં હમારી લાજ બડાઈ વિનંતી સુનો પ્રભુ મેરે ॥૧॥

અન્ય દેવ સબ રંક ભિખારી દેખે બહુત ઘનેરે ।
હરિ પ્રતાપ બલ ગિનત ન કાહૂં નિડર ભયે સબ ચેરે ॥૨॥

સબ તજ તુમ શરણાગત આયે દઢ કર ચરણ ગહેરે ।
સુરદાસ પ્રભુ તુમ્હારે મિલેંતેં પાયે સુખ જુ ઘનેરે ॥૩॥

પદ-૫ (રાગ : બિહાગ)

મધુર વ્રજદેશ વશ મધુર કીનો ।
મધુર ગોકુલગામ મધુર વલ્લભનામ,
મધુર વિઠ્ઠલ ભજન દાન દીનો ॥૧॥

મધુર ગિરિધરન આદિ સપ્ત તનુ ।
વેણુ નાદ સપ્તરંધ્રન મધુર રૂપ લીનો ॥૨॥

મધુર ફલફલિત અતિ લલિત ।
પદ્મનાભ પ્રભુ મધુર અલિ ગાવત સરસ રંગભીનો ॥૩॥

પદ-૬ (રાગ : બિહાગ)

તળેટી શ્રીગોવર્ધનકી રહિયે ।
નિત્ય પ્રતિ મદન ગોપાલ લાલેંકે ચરણ કમલ ચિત રહિયે ॥૧॥

તન પુલકિત વ્રજરજમેં લોટતે ગોવિંદ કુંડમેં ન્હૈયે ।
રસિક પ્રિતમ હિતચિતકી બાતેં શ્રી ગિરિધારી જૂસોં કહિયે ॥૨॥

પદ-૭ (રાગ : બિહાગ)

સદા મન શ્રીગોકુલમેં રહિયે ।
ગોવિંદ ઘાટ છોંકર કી છૈયાં બૈઠક દરસન પૈયે ॥૧॥

યુમના પુલિન સુભગ વૃંદાવન ગિરિ ગોવર્ધન જઈએ ।
ઘર ઘર ભક્તિ ભાગવત સેવા તન મન પ્રાન બિકૈયે ॥૨॥

શ્રીવિઠ્ઠલનાથ વિરાજત નિશદિન ચરન કમલ ચિત લઈયે ॥
શ્રીવલ્લભ પદ કમલ કૃપા તેં ઈનકે દાસ કહૈયે ॥૩॥

પદ-૮ (રાગ : બિહાગ)

કૃપા તો લાલન જૂ કી ચાહિયે ।
ઈને કરી કરેસો આછી અપને સિરપર સહિયે ॥૧॥

અપનો દોષ વિચાર સખીરી ઉનસો કછૂ ન કહિયે ।
સૂર અબ કુછ કહવે કી નાહીં શ્યામ શરણ વ્હે રહિયે ॥૨॥

પદ-૯ (રાગ-બિહાગ)

યહ માંગો ગોપીજન વલ્લભ ।
માનુષ જન્મ ઔર હરિ સેવા વ્રજ બસવો દીજૈ મોહિ સુલ્લભ ॥૧॥

શ્રીવલ્લભ કુલકો હોહૂં ચેરો વૈષ્ણવજનકો દાસ કહાઉં ।
શ્રી યમુનાજલ નિત પ્રતિ ન્હાઉં મન કર્મ વચન કૃષ્ણ ગુણ ગાઉં ॥૨॥

શ્રી ભાગવત શ્રવણ સૂનું નિત ઈન તજ ચિત્ત કહૂં અનત ન લાઉં ।
પરમાનંદદાસ યહ માંગત નિત નિરખો કબહૂં ન અઘાઉં ॥૩॥

પદ-૧૦ (રાગ : બિહાગ)

ઔર કોઉ સમઝે શો સમઝે હમકૂં ઈતની સમઝ ભલી।
ઠાકુર નંદકિશોર હમારે ઠાકુરાની વૃષાભાનલલી ॥૧॥

શ્રીદામા આદિ સખા શ્યામકે શ્યામા સંગ લલિતાદિ અલી।
વ્રજપુર વાસ શૈલવન વિહરત કુંજન કુંજન રંગ રલી ॥૨॥
ઈનકો લાડ ચહૂં સુખ સેવા ભાવ બેલ રસ ફલન ફલી।
કહિ ભગવાન હિત રામરાયપ્રભુ સબનતેં ઈનકી કૃપા ભલી ॥૩॥

પદ-૧૧ (રાગ : બિહાગ)

ભજન બિન જીવત જૈસે પ્રેત।
મન મલીન ઘર ઘર પ્રતિ ડોલત ઉદર ભરનકે હેત ॥૧॥

કબહૂં પાવત પાપકો પૈસા ગાડ ઘરમેં દેત।
સેવા નહિ ગોવિંદચંદકી ભવન નીલકો ખેત ॥૨॥

મુખ કટુવચન કરત પરનિંદા સંતનકું દુઃખ દેત।
સૂરદાસ બહુત કહા કહું ડુબે કુટુંબ સમેત ॥૩॥

પદ-૧૨ (રાગ : બિહાગ)

મન રે સ્યામસો કર હેત।
કૃષ્ણનામકી વાર કરેલ તો બચે તેરો ખેત ॥૧॥

મન સુવા તન પીંજરા હો તાસૂં બાંધ્યો તેરો હેત।
કાલ રૂપી મંઝાર ડોલે અબ ઘડી તોહે લેત ॥૨॥

વિષય વિષય રસ છાંડ દેરે ઉતર સાયર સેત ।
સૂર શ્રીગોપાલ ભજ લે ગુરુ બતાયે દેત ॥૩॥

પદ-૧૩ (રાગ : બિહાગ)

કિન તેરો ગોવિંદ નામ ધર્યો ।
લેન દેન કે તુમ હિતકારી મોતે કછુ ન સર્યો ॥૧॥

વિપ્ર સુદામા કિયો અયાચી તન્દુલ ભેટ ધર્યો ।
દ્રુપદ સુતાકી તુમ પતિ રાખી અંબર દાન કર્યો ॥૨॥

સાન્દીપન કે તુમ સુત લાયે વિદ્યા પાઠ પઢયો ।
સૂર કી બિરિયાં નિઠુર હુઇ બૈઠે કાનન મુંદ રહ્યો ॥૩॥

પદ-૧૪ (રાગ : બિહાગ)

વૃંદાવન એક પલક જો રહિયે ।
જન્મ જન્મ કે પાપ કટત હૈ કૃષ્ણ કૃષ્ણ મુખ કહિયે ॥૧॥

મહાપ્રસાદ ઔર જલ જમુના કો તનક તનક ભર લહિયે ।
સૂરદાસ વૈકુંઠ મધુપુરી ભાગ્ય બિના કહાં તે પૈયે ॥૨॥

પદ-૧૫ (રાગ : બિહાગ)

હરિરસ તબહીં તો જાય પૈયે ।
સ્વાદ વિવાદ હર્ષ આતુરતા ઇતને દંડ જો સહિયે ॥૧॥

કોમલ બચન દીનતા સબસોં સદાં પ્રફુલ્લિત રહિયે ।
ગયે નહિ સોચ આયે નહીં આનંદ ઐસે મારગ બહિયે ॥૨॥

એસી જો આવે જિયમાહીં તાકે ભાગ્યકી કહા કહિયે ।
અષ્ટસિદ્ધિ સૂરસ્યામપૈ જો ચહિયે સો લહિયે ॥૩॥

પદ-૧૬ (રાગ-કેદારો)

ત્યજ મન હરિ વિમુખનકો સંગ ।
જાકે સંગતે કુબુદ્ધિ ઉપજત પરત ભજનમેં ભંગ ॥૧॥

ખરકું કહા અરગજાત લેપન મર્કટ ભૂષન અંગ ।
કાગહિ કહા કપૂર ચુગાવત શ્વાન ન્હાવાવત ગંગ ॥૨॥

કહા ભયો પય પાન કરાયે વિષ નહિં તજત ભુજંગ ।
સૂરદાસ પ્રભુ કારી કામર ચઢત ન દૂજો રંગ ॥૩॥

પદ-૧૭ (રાગ : બિહાગ)

બડો ધન હરિજનકો હરિ નામ ।
બિનુ રખવાર ચોર નહિ ચોરે સોવત હૈ સુખધામ ॥૧॥

દિન-દિન બઢત સવાયો દૂનો ઘટત નહિ કછુ દામ ।
સૂરદાસ હરિ સેવા જાકે પારસકો કહા કામ ॥૨॥

પદ-૧૮ (રાગ : બિહાગ)

આયે મેરે નંદ નંદનકે પ્યારે ।
માલા તિલક મનોહર બાનો ત્રિભુવન કે ઉજિયારે ॥૧॥

હૃદય કમલ કે મધ્ય વિરાજત શ્રી વ્રજરાજ દુલારે ।
પ્રેમ સહિત બસત ઉર મોહન નેકહું ટરત ન ટારે ॥૨॥

કહા જાનું કો પુન્ય ઉદૈ ભયો મેરે ઘર જૂ પધારે ।
પરમાનંદ કરત ન્યોછાવર બાર બાર તન બારે ॥૩॥

પદ-૧૯ (રાગ : સોરઠ)

શ્રીવલ્લભ ચાહે સોઈ કરે ।
જો ઉનકે પદ દૃઢ કરી પકરે મહારસ સિંધુ ભરે ॥૧॥

વેદ પુરાણ સુધરતા સુંદર એ બાતન સોં નહીં સરે ।
શ્રી વલ્લભકે પદરજ ભજકે ભવસાગર તેં તરે ॥૨॥

નાથ કે નાથ અનાથ કે બંધુ અવગુન ચિત ના ધરે ।
પદ્મનાભકું અપનો જાનિકે ડૂબત કર પકરે ॥૩॥

ગુરુ – મહિમા

પદ-૨૦ (રાગ : સારંગ)

ગુરુ બિનુ એસી કૌન કરે ।
માલા તિલક મનોહર બાનો લે શિરછત્ર ઘરે ॥૧॥

ભવસાગરતેં બુડત રાખે દીપક હાથ ઘરે ।
સૂરસ્યામ ગુરુ એસો સમરથ છિન મેં લૈ ઉદ્ધરે ॥૨॥

પદ-૨૧ (રાગ : સારંગ)

શ્રી વિઠ્ઠલનાથ બસત જિય જાકે તાકી રીતિ પ્રીતિ છબી ન્યારી ।
પ્રફુલ્લીત વદન કાન્તિ કરુણામય નયનમેં જલકે ગિરધારી ॥૧॥

ઉગ્ર સ્વાભવ પરમ પરમારથ સ્વારથ લેસ નહીં સંસારી ।
આનંદરૂપ કરત એક છ્રીનમે હરી જૂકી કથા કહત વિસ્તારી ॥૨॥

મન ક્રમ વચન તાહીકો સંગ કીજે પૈયત વ્રજ યુવતિન સુખકારી ।
કૃષ્ણદાસ પ્રભુ રસિક મુકુટમણી ગુણ નિધાન શ્રીગોવર્ધનધારી ॥૩॥

પદ-૨૨ (રાગ : ગૌરી)

શ્રીગોવર્ધનવાસી સાઁવરે લાલ તુમ બિન રહ્યો ન
જાય હો વ્રજરાજ લડૈંતે લાડીલે ॥ધ્રુવ॥

બંક ચિત્તૈ મુસિકાયકે લાલ સુંદર વદન દિખાય ।
લોચન તલફૈં મીન જ્યોં લાલ પલ છિન કલ્પ વિહાય ॥૧॥

સપ્તક સ્વર બંધાનસોં લાલ મોહન બેનુ બજાય ।
સુરત સુહાઇ બાંધિકે નેક મધુરે મધુરે ગાય ॥૨॥

રસિક રસીલી બોલની લાલ ગિરિ ચઢ ગૈયાઁ બુલાયા ।
ગાય બુલાંઇ ધૂમરિ નેક ઊઁચી ટેર સુનાય ॥૩॥

દ્રષ્ટિ પરે જા દિવસતેં લાલ તબતેં રૂચૈં ન આન ।
રજની નીંદ ન અવાહી મોહિ બિસર્યો ભોજન પાન ॥૪॥

દરસનકો નયના તપેં લાલ વચન સુનનકો કાન ।
મિલિવેકો હિયરા તપે મેરે જીયકે જીવન પ્રાન ॥૫॥

પૂરન સસિમુખ દેખિકે લાલ ચિત્ત ચૉંટયો વાહી ઓર ।
રૂપ સુધારસ પાન કે લાલ સાદર કુમુદ ચકોર ॥૬॥

મનઅભિલાષા વ્હૈ રહી લાલ લાગત નયનન મેખ ।
ઇકટક દેખે ભાવતેં પ્યારો નાગર નટવર ભેખ ॥૭॥

લોકલાજ કુલવેદકી લાલ છાંડયો સકલ વિવેક ।
કમલકવિ રવિ જ્યોં બઢે લાલ છિન છિન પ્રીતિ વિશેષ ॥૮॥

કોટિક મન્મથ વારને લાલ દેખત ડગમગી ચાલ ।
જુવતીજનમનઈદના લાલ અંબુજ-નયન વિસાલ ॥૯॥

કુંજભવન ક્રીડા કરો લાલ સુખનિધિ મદનગોપાલ ।
હમ શ્રી વૃંદાવન-માલતી તુમ ભોગી ભ્રમર ભૂપાલ ॥૧૦॥

યહ રટ લાગી લાડિલે લાલ જૈસે ચાતક મોર ।
પ્રેમ નીર વરષા કરો નવઘન નન્દકિશોર ॥૧૧॥

જુગ જુગ અવિચલ રાખિયે લાલ યહ સુખ શૈલ-નિવાસ ।
શ્રીગોવર્ધનઘર-રૂપપૈ બલ જાય ચત્રભુજદાસ ॥૧૨॥

પદ-૨૩ (રાગ : ગૌરી)

યસુમતિસુત મોહિ દીજે દરસન ।
તન મન પ્રાન તપત હૈં નિસદિન છિન
ઈક હોત બરાબર વરસન ॥૧॥

સિયરો હોતો પહેલે હૃદયો અબ તો અઁખિયાઁ લાગી તરફન ।
રસિક પ્રીતમ વિનતી ચિત ધરિયે તુમસે સરસ
કહાઁ લગે અરસન ॥૨॥

પદ-૨૪ (રાગ : ગૌરી)

ગોપી પ્રેમકી ધ્વજા ।
જિન ગોપાલ કિયો અપને વસ ઉર ઘર શ્યામ ભૂજા ॥૧॥

સુક મુનિ વ્યાસ પ્રશંસા કીની ઊધો સંત સરાહી ।
ભૂરિ ભાગ્ય ગોકુલકી વનિતા અતિ પુનીત ભવમાંહી ॥૨॥

કહા ભયોજુ વિપ્રકુલ જન્મયો જેહિ હરિસેવા નાહીં ।
સોઈ કુલીન દાસ પરમાનન્દ જો હરિ સન્મુખ ધાંઈ ॥૩॥

પદ-૨૫ (રાગ : વસંત)

શ્રી વલ્લભ કરુણા કર મોહે કીજે નિજ દાસનકો દાસ ।
પૂરનકામ હૈ નામ તિહારો ઈતની મો મન પૂર હી આસ ॥૧॥

તિહારી કૃપાકટાક્ષસેં દુર્લભ પઇયે સુલભ કરી વ્રજવાસ ।
તિહારે સેવકજન સંગબિન નિસિદિન મો મન રહત ઉદાસ ॥૨॥

શ્રીવૃન્દાવન ગિરિ ગોવર્ધન શ્રીયમુનાતટ કરું નિવાસ ।
શ્રી હરિવદન-ચંદ્ર વિમલ યસ ગાન કરત સુર સદા અકાસ ॥૩॥

કૃપાનિધાન કૃપા કર દીજે જો સબ લોક મિટે ઉપહાસ ।
દીજે દિવ્ય દેહ ગોવિન્દકો ઇન દગ નિરખ્યૌ અનુદિન રાસ ॥૪॥

પદ-૨૬ (રાગ : વસંત)

યહ માંગો હૌં યસોદાનંદન ।
ચરનકમલ મેરા મનમધુકર યા છબિ નૈનન પાઊૈ દરસન ॥૧॥

ચરનકમલકી સેવા દીજે દોઉ તન રાજત બિજ્જુલતા ઘન ।
નંદનંદન વૃષભાનનંદિની મેરે સરબસ પ્રાનજીવન ઘન ॥૨॥

વ્રજ બસિવો જમુનાજલ અચવો શ્રીવલ્લભકો દાસ યહૈ પન ।
મહાપ્રસાદ પાઉં હરિગુન ગાઉં પરમાનંદદાસ દાસીજન ॥૩॥

પદ-૨૭ (રાગ : કેદારો)

ભૂલ જિન જાય મન અનત મેરો ।
રહો નિસિ-દિન શ્રીવલ્લભાધીશ પદ-કમલસોં
લાગ બિન મોલ ચેરો ॥૧॥

અન્ય સંબધતે અધિક ડરપત રહોં સકલ સાધનહુ તેં કર નિબેરો ।
દેહ નિજ દગ યહ લોક પરલોકકોં ભજોં
સીતલ ચરન છાઁડ ઉરઝેરો ॥૨॥

ઇતની માગત મહારાજ કર જોરકે જૈસો હૂઁ તૈસો કહાઉઁ તેરો ।
રસિક સિર કર ધરો ભવદુઃખ પરહરો કરો
કરુના મોહિ રાખ નેરો ॥૩॥

પદ-૨૮ (રાગ : બિહાગ)

લીજે મોહિ બુલાય શ્રીવલ્લભ ।
બહુત દિવસ દરસન ભયે મોકો તાતેં મન અકુલાય ॥૧॥

નિસદિન અતિહી છિન હોત તન સુધબુધ ગઈ ભુલાય ।
ગોવિન્દ પ્રભુ તુમ્હારે દરસ બિન છિન ભર કલ્પ વિહાય ॥૨॥

પદ-૨૯ (રાગ : બિહાગ)

દેખોંગે કબ મેરી ઓર ।
શ્રીવલ્લભ નિજ દીન જાનિકે કરુના કર નયનનકી કોર ॥૧॥

કહિહો કબ વચનામૃત સીતલ મો તન મુરક દાસ તૂ મોર ।
કબહી કાઢ લેહો ભવજલતેં બૂડેકૂં કર ગહિ ભુજ જોર ॥૨॥

યહ નિશ્ચય જાન્યો જિય અપને નાહિ મો સમ સેવા-ચોર ।
વિષયવાસના વસત નિરંતર કરત વિચાર યહી નિસિ-ભોર ॥૩॥

ચરનસરન અબ આય ગહે હો મન ક્રમ વચન સબનસોં તોર ।
રસનિધિ જાન્યો સોઇ કીજૈ તુમ બિન હમહિ ઔર નહીં ઠોર ॥૪॥

પદ-૩૦ (રાગ : કેદારો)

પરમ કૃપાલ શ્રીવલ્લભનંદન કરત કૃપા નિજ હાથ દે માથેં ।
જે જન શરણ આયે, અનુસરહી ગ્રહિ સોંપત શ્રીગોવર્ધન નાથેં ॥૧॥

પરમ ઉદાર ચતુર ચિંતામણી રાખત ભવધારાતેં સાથેં ।
ભજિ "કૃષ્ણદાસ" કાજ સબ સરહી જો જાને શ્રીવિઠ્ઠલનાથેં ॥૨॥

પદ-૩૧ (રાગ : બિહાગ)

તુમ ત્યજ કૌન સનેહી કીજે ।
સદા એકરસ કો નિબહતહૈં જાકી ચરણરજ લીજે ॥૧॥

યહ ન હોય અપની જનની તે પિતા કરત નહી એસી ।
બન્ધુ સહોદર સેવન કરહીં મદનગોપાલ કરત હૈં જૈસી ॥૨॥

સુખ અરુ લોક દેત હૈ બ્રજપતિ અરુ વૃન્દાવન બાસ બસાવત ।
"પરમાનંદ" દાસ કો ઠાકુર નારદાદિ પાવન યશ ગાવત ॥૩॥

પદ-૩૨ (રાગ : બિહાગ)

અરે મન શ્રીવલ્લભ ગુણ ગાય ।
વૃથાકાલ કાહેંકોં ખોવત વેદ-પુરાણ પઢાય ॥૧॥

શ્રીગિરિરાજધરણ પૈવેકોં નાહિન ઔર ઉપાય ।
"રસિક સદા અનન્ય હોય કે ચિત ઇત-ઉતન દુલાય ॥૨॥

પદ-૩૩ (રાગ : બિહાગ)

જૈસો હૂં તૈસો તિહારો શ્રીવલ્લભ અબ જિન છાંડ દેહૌ મોહિ કરતે ।
બાંહ ગહેકી લાજ મન ઘર હૌ નાહિં
ભરોસો મોહિ સાધન બલતે ॥૧॥

તુમ તજ ઔર ઠોર નહિં મોકો જાસોં જાય કહોં દુ:ખભરતેં ।
રસિક શિરોમણિ શ્રીવલ્લભપ્રભુ રાખો
મોહિ ચરન શરન ભવ ડરતેં ॥૨॥

પદ-૩૪ (રાગ : બિહાગ)

કિયો ગોપાલ કો સબ હોય ।
જો જાને પુરુષારથ અપનો અતિકરજૂઠો સોય ॥૧॥

દુ:ખ-સુખ લાભ-અલાભ સહ જગત તાહિ ન મરિયે રોય ।
જો કછુ લેખ લિખ્યો નંદનંદન મેંટ સકે નહિં કોય ॥૨॥

ઉદ્યમ સાધન જંત્ર-મંત્ર બિધિ યે સબ ડારો ધોય ।
"પરમાન્નદ" દાસ ઠાકુર ચરણકમલ ચિતપોય ॥૩॥

પદ-૩૫ (રાગ : બિહાગ)

ગાયો ન ગોપાલ મન લાયો ન રસાલલીલા ।
સુની ન સુબોધિની ન સાધુ સંગ પાયો હૈ ।
સેવ્યો ન સ્વાદકરી ઘરી આધી ઘરી હરી ।
કબહુ ન કૃષ્ણનામ રસના રટાયો હૈ ॥૧॥

વલ્લભ શ્રીવિઠ્ઠલેશ પ્રભુ કી શરણ જાય ।
દીન હોય મતિહીન સીસ ન નમાયો હૈ ।
"રસિક" કહેં બાર-બાર લાજહુ ન આવે તોહિ ।
મનુષ્ય જન્મ પાયો કહાઁલોં કમાયો હૈ ॥૨॥

પદ-૩૬ (રાગ : બિહાગ)

ભરોસો શ્રીવલ્લભહી કો ભારી ।
કાહે કો રે મન ભટકત ડોલત જો ચાહત ફલકારી ॥૧॥

"શ્રીવિઠ્ઠલ" ગિરિધર સબ બાલક જગત કિયો ઉદ્ધારી ।
પુરુષોત્તમ પ્રભુ નામમંત્ર દે ચરણકમલ સિરધારી ॥૨॥

પદ-૩૭ (રાગ : બિહાગ)

જોસુખ હોત ગોપાલેં ગાયેં ।
સો ન હોત, જપ-તપ-વ્રત-સંયમ, કોટિક તીરથ ન્હાયેં ॥૧॥

ગદગદ ગિરા લોચન જલધારા, પ્રેમ પુલક તનુછાયેં ।
તીન લોક સુખ તૃણવત લેખત, નંદનંદન ઉર આયેં ॥૨॥

દિયે નહીં લેત ચાર પદારથ શ્રીહરિચરણ અરુઝાયેં ।
"સૂરદાસ" ગોવિન્દ ભજન બિન ચિત નહી ચલત ચલાયેં ॥૩॥

પદ-૩૮ (રાગ : બિહાગ)

મોહિ બલહૈ દોઉ ઠૌર કો ।
એક ભરોસો હરિ ભકતન કો, દૂજો નન્દકિશોર કો ॥૧॥

મનસા-વાચા ઔર કર્મણા, નાહીં ભરોસો ઔર કો ।
"છીતસ્વામી" ગિરિધરન શ્રીવિઠ્ઠલ, વલ્લભકુલ સિરમૌર કો ॥૨॥

પદ-૩૯ (રાગ : બિહાગ)

મધુર-વ્રજદેશ વસ મધુર કીનો ।
મધુર ગોકુલગામ મધુર વલ્લભનામ ।
મધુર વિઠ્ઠલ ભજન દાન દીનો ॥૧॥

મધુર ગિરિધરન આદિ સપ્ત તનુ ।
વેણુનાદ સપ્તરંધ્રન મધુર રૂપ લીનો ।
મધુર ફલફલિત અતિ લલિત "પદ્મનાભ" પ્રભુ ।
મધુર અલિ ગાવત સરસ રંગભીનો ॥૨॥

પદ-૪૦ (રાગ : બિહાગ)

યામેં કહા ઘટેગો તેરો ।
નન્દનન્દન કર ઘર કૌ ઠાકુર આપ હોય રહો ચેરો ॥૧॥

ભલી ભઇ જો સમ્પતિ બાઢી બહુત કિયો ઘર ઘેરો ।
સુત-બનિતા બહૂયૂથ સંકેલે વૈભવ ભયો જુ ધનેરો ॥૨॥

કરૂં હરિકથા કરૂં હરિસેવા કરૂં ભકતન કો ડેરો ।
"સૂર" સમર્પણ કરો શ્યામ કો યહ સાચો મત મેરો ॥૩॥

પદ-૪૧ (રાગ : બિહાગ)

સબતે શ્રીવલ્લભ નામ ભલો ।
લીજે - લીજે લીજે નાતર કલિયુગ ભરત છલો ॥૧॥

તુમ તજ ઔર ઠોર નહિં મોકો જાસોં જાય કહોં દુઃખભરતેં ।
રસિક શિરોમણિ શ્રીવલ્લભપ્રભુ રાખો
મોહિ ચરન શરન ભવ ડરતેં ॥૨॥

પદ-૪૨ (રાગ : બિહાગ)

હમારે શ્રીવિઠ્ઠલનાથ ઘની
ભવસાગરતે કાઢ મહાપ્રભુ રાખી શરણ અપની ॥૧॥

જાકો નામ રટત નિસવાસર શેષ સહસ્ત્ર ફણી ।
"છીતસ્વામી" ગિરિધરન શ્રીવિઠ્ઠલ ત્રિભુવન મુકુટમણી ॥૨॥

પદ-૪૩ (રાગ : બિહાગ)

શ્રી વલ્લભ અબ તો ભયો તિહારો ।
જન્મ જન્મ કોં મેં અપરાધી, લિખિ લિખિકે હાર્યો ॥૧॥

સપને હું સુકૃત નહી કીનોં, ભર્યો પાપ ભંડારો ।
તુમસોં કહા કહું કરુણાનિધિ, સકુચ હોતજ્ય મારો ॥૨॥

વૈશ્વાનર સબ સુખકે દાતા, સુનિ મન ધીરજ ધારો ।
"રસિકદાસ" જન બડી ઠોરકે, કહા કરેં અન્યરિપુ બિચારો ॥૩॥

પદ-૪૪ (રાગ : બિહાગ)

ભકત કહાય સબ જગતે ઠગ્યો ।
હરિમાર્ગ સપને નહીં આયો, બોહત ભાંતિ પાખંડ રચ્યો ॥૧॥

દૂત પ્રતિષ્ઠા ચલત અગાઉ, ફિરી ફિરી ચારો દિશી ભાગ્યો ।
"રસિકદાસ" જન સોઈ કહાવત,
શ્રી વલ્લભ ચરનન ને લાગ્યો ॥૨॥

પદ-૪૫ (રાગ : બિહાગ)

શ્રીવલ્લભ કૃપાકટાક્ષ નિહારો.
જીવકી કૃત્ય તનક જિ દેખો, અપનો બિરદ સંભારો ॥૧॥

જો બની પરેં સોઈ વિમુખતા, કહા કરે જીવ બિચારો ।
"રસિકદાસ" જન જેસો તેસો આખર દાસ તિહારો ॥૨॥

પદ-૪૬ (રાગ : બિહાગ)

પ્રભુ તેરી એસી ભક્તિ કરી ।
બહુત પ્રતિષ્ઠા જગત પૂજાયો, ફિરી ફિરી ઉદર ભરી ॥૧॥

રસના શ્રી વલ્લભ નહી ગાયો, પરનિંદા ચિત્તધરી ।
નિશદિન દ્વેષ કરત દુરિ જનસોં, યમલોં સોર પરિ ॥૨॥

ઉત્તમ મારગ પાપ મૂઢમતિ, વિત્ત વિષયમાં ઝગરી ।
જૈસેં ગજ આરૂઢ હોય કે, ખરકી ડોરી પકરી ॥૩॥

એસેં અપનો જનમ ગવાઁયો, હો કહોં ઘરી ઘરી ।
"રસિકદાસ" જન અબ કહા સોચત, સર્વસ્વ ખોય નિવરી ॥૪॥

પદ-૪૭ (રાગ : બિહાગ)

સેવક કહાય સેવા ન કરી ।
બહુ અપરાધ કીયો સ્વામી કો, ક્ષણ ભર સમર્યો ન હરિ ॥૧॥

બડો ભકત વખાન્યો તાતેં, નહી કુછ સમઝ પરી ।
દેખી પ્રતિષ્ઠા મનમેં ફુલ્યો, ભઈસો બાત સબે બિગરી ॥૨॥

તુમસો કહા કહોં કરુણાનિધિ, જો કુછ જિયમેં હોય ખરી ।
"રસિકદાસ" જન જાની અપનો બુડત દેખી બાંહ પકરી ॥૩॥

પદ-૪૮ (રાગ : બિહાગ)

અબ કહા સોચત મન અજ્ઞાની ।
કેતીવાર તોકોં સમજાયો, મેરી એક ન માની ॥૧॥

બાલ કિશોર વિષય વિષ ખોયો, પહોંચ્યો આપ બુઢાનો
જો જો કૃત્ય કીએ તે અપનેં, સો સબ યમને જાની ॥૨॥

માયા તમમેં પંથ ન સૂઝ્યો, ભટકત ફિર્યો ભૂલાની ।
જૈસેં પથચર અવધિ વીતે તેં ભોર ભયે અકુલાની ॥૩॥

અજહું ચેતિ ભાગી કે પૂરે, હોત સબેં સુખદાની ।
"રસિકદાસ" જન જાની કૃપાનિધિ અપની બાંહવસાની ॥૪॥

પદ-૪૯ (રાગ : બિહાગ)

ધનહી ધન કરત સબ ખોયો ।
હરિ રસ સ્વાદ તનક નહીં ચાખ્યો, સબ વિધિ માયા મોયો ॥૧॥

દેખી અટારી ઊંચી પહેરી, પરનારીન સંગ સોયો ।
જરા વ્યાધિ ને અતિ સતાયો, તબ કર્મન કો રોયો ॥૨॥

માનુષ તન અમોલિક ખોયો, ફિરી પાછેં નહીં જોયો ।
"રસિકદાસ" જનસોઇ બડભાગી શ્રી વલ્લભ પદ પ્રીત પ્રોયો ॥૩॥

પદ-૫૦ (રાગ : બિહાગ)

નિત ઉઠી શ્રી વલ્લભ શ્રી વલ્લભ કહીએ ।
પરમ આનંદ હોત તાહી ક્ષણ, અઘર સુધારસ પૈયે ॥૧॥
કરિ સત સંગ નિજ દાસ કોં, પુલકિત પ્રેમ બઢૈયે ॥૨॥

દેહ ઘરે કો સબ વિધિ યહ ફલ મનમેં મતો દઢૈયે ॥
"રસિકદાસ" જન યહ માગત હે ઇનકે હાથ બિકૈયે ॥૩॥

પદ-૫૧ (રાગ : બિહાગ)

જન્મ ઘરી જગ ઉપહાસ કર્યો ।
સુતદારા ધન દામ ચહુદિશ, દુઃખકો બોજ ભર્યો ॥૧॥

નહિ હરિ સેવા સ્વાદ કથારસ, ફીરી ફીરી વાદ કર્યો ।
દિન દિન પાય બઢતજુ બહુત સોં, તાતે વિમુખ પડયો ॥૨॥

યા દુવિધા મેં સબકી ખોયો, એક ન કાજ સર્યો ।
"રસિકદાસ" જન સબ સુખ પાયો શ્રીવિઠ્ઠલેશ વર્યો ॥૩॥

પદ-પર (રાગ : બિહાગ)

શ્રી વિઠ્ઠલ મંગલ રુપ નિધાન ।
કોટી અમૃત સમ હસિ મૃદુ બોલનિ, સબકે જીવન પ્રાન ॥૧॥

કરુના સિંધુ ઉદાર કલ્પતરુ, દેત અભય પદ દાન ।
શરન આયેકી લાજ ચહુંદિશ, બાજે પ્રગટ નિશાન ॥૨॥

તુમારે ચરન કમલકો મકરંદ, મન મધુકર લપટાન ।
"વિષ્ણુદાસ" પ્રભુ દ્વારે ટેરત હેં, રુચત નાહિં કછુ આન ॥૩॥

પદ-૫૩ (રાગ : બિહાગ)

હમારે શ્રી વિઠ્ઠલનાથ ધની ।
ભવ સાગરતેં કાઢિ મહાપ્રભુ રાખૌ સરન અપની ॥૧॥

જાકૌ નામ રટત નિસિ બાસર, સેસ સહસ્ત્ર ફની ।
"છિતસ્વામી" ગિરિધરન શ્રીવિઠ્ઠલ, ત્રિભુવન મુકુટમણી ॥૨॥

પદ-૫૪ (રાગ : બિહાગ)

શરન આયે સોઇ તારે, જે જન શરણ આયે ।
દીનદયાલ પ્રગટ પુરુષોત્તમ શ્રીવલ્લભરાજ દુલારે...॥૧॥

જિતની રવિ છાયાકી કનિકા, તિતને દોષ હમારે ।
તમ્હારે ચરણ પ્રતાપતે તેઉ તત્ક્ષણ ટારે...॥૨॥

માલા કંઠ તિલક માથે ધરી, શંખ ચક્ર વપુ ધારે ।
"માનિકચંદ" પ્રભુ કે ગુણ ઐસે, મહાપતીતન નિસ્તારે...।।૩।।

પદ-૫૫ (રાગ : બિહાગ)

તુમ બિન મેરી કોન ખબર લે, શ્રી ગોવર્ધન ગીરધારી રે,
શ્રી ગોવર્ધન ગીરધારી રે.

ઓરનકું તો ઓર ભરોસો, હમકુ આશ તુમારી રે,
શ્રી ગોવર્ધન ગીરધારી રે.

મોર મુકુટ શિરછત્ર બિરાજે, કુંડલકી છબી ન્યારી રે,
શ્રી ગોવર્ધન ગીરધારી રે.

જમુના કે તીરે ધેનું ચરવે, બંસી બજાવે રંગ પ્યારી રે,
શ્રી ગોવર્ધન ગીરધારી રે.

વૃંદાવન કી કુંજ ગલન મેં, સોહત રાધા પ્યારી રે,
શ્રી ગોવર્ધન ગીરધારી રે.

"સૂરદાસ" પ્રભુ તિહારે મીલનકું ચરણ કમલ પર વારી રે,
શ્રી ગોવર્ધન ગીરધારી રે.

પદ-૫૬ (રાગ : બિહાગ)

કબ દેખો મેરી ઓર નાગરનંદકિશોર,
વિનતી કરત ભયો ભોર નાગર નંદકિશોર ।

હમ ચિતવ્રત તુમ ચિતવત્ નાહીં,
મેરે કરમ-કઠોર નાગર નંદકિશોર ॥૧॥

જનમ જનમકી દાસી તિહારી
તા પર ઇતનો જાર ।
"સૂરદાસ" પ્રભુ તિહારે રોમ પર
વારો કંચન ખોર નગાર નંદકિશોર ॥૨॥

પદ-૫૭ (રાગ : બિહાગ)

શ્રીવલ્લભ નામ કલ્પતરુ દૈવી જીવ ગાવત ગુણગાન ।
વેદ પઢો, પુરાણ પઢો, ભાગવત ગ્રંથ પઢો મન કરી વિશ્રામ ॥૧॥

જ્યોં જ્યોં વલ્લભનામ રસના રટત ।
ત્યોં ત્યોં હરી લીલા સહીત વસત ઉરધામ ॥૨॥

વલ્લભ નામ સુધારસ અચવન તાકી પદરજ પૂરણકામ ।
કૃષ્ણદાસ અટકે નિકસત નહિ બંધે રહત સદાનેહ દામ ॥૩॥

પદ-૫૮ (રાગ : બિહાગ)

દૃઢ ઇન ચરણન કેરો ભરોસો ।
શ્રીવલ્લભ નખ ચંદ્ર છટા બિન સબ જગ માંઝ અંધેરો ॥૧॥

સાધન ઔર નહી યા કલિમેં જાસોં હોય નિવેરો ।
સૂર કહા કહેં દ્વિવિધ આંધરો બિન મોલકો ચેરો ॥૨॥

- જીવાત્માની દેહ ધારણ કર્યાની સફળતા જ એમાં છે કે પોતાના પ્રાણથી, ધનથી, બુદ્ધિથી અને વાણીથી પરોપકાર રુપી કલ્યાણનું જ આચરણ કરતો રહે.

- અહંતા – મમતા છોડી પરોપકારી થવું.

- પ્રાણીમાત્રામાં સેવાભાવ રાખવો.

- સર્વમાં પ્રભુનો અંશ છે તેવી ભગવદ્ – બુદ્ધિ રાખવી.

- ઐહિક અને પારલૌકિક વાસનાઓથી મુક્ત થવું.

- સાધન દશામાં નીચેની ચારવાતોનો પૂરો ખ્યાલ રાખવો.

  - મોહ – માયા ઉપર કાબૂ મેળવી શાસ્ત્ર અનુસાર જીવન જીવવું.

  - એક સઘન ફળથી લચેલા વૃક્ષની માફક હંમેશા પરોપકારી અને દીન જીવન જીવવું.

  - ભગવત્પ્રસાદ રુપી શુદ્ધ અદનો આગ્રહ રાખવો.

  - ભગવાનના સર્વથી અધિક મહાત્ત્મ્યનો ખ્યાલ રાખીને જ દાન, વ્રત, તપ વગેરે કર્મો કરવાં.

- જ્યારે પુષ્ટિજીવમાં ભક્તિનો સર્વાત્મભાવ એટલે કેગોપીકાઓના જેવો ભાવ આવે ત્યારે એમને માટે ઉપરનો ઉપદેશ અસ્થાને કહેવાય. પ્રભુએ વ્રજગોપિકાઓને આવો ઉપદેશ આપ્યો નથી. પરંતુ વ્રજના પોતાના ભક્ત અને સખાઓને આપ્યો છે.

Printed in the USA
CPSIA information can be obtained
at www.ICGtesting.com
LVHW090932270924
792207LV00002B/365